വീഞ്ഞുവിരുന്ന്

കെ. കെ. സുധാകരൻ

സ്വദേശം മാവേലിക്കര. ബിഷപ്പ് മൂർ കോളേജ്, തിരുവനന്തപുരം കേരള യൂണിവേഴ്സിറ്റി ഡിപ്പാർട്മെന്റ് എന്നിവിടങ്ങളിൽ വിദ്യാഭ്യാസം. ലൈബ്രറി സയൻസിൽ മാസ്റ്റർ ബിരുദധാരി. മഹാത്മാ ഗാന്ധി സർവകലാശാലയിൽ ലൈബ്രറിയൻ ആയിരുന്നു. നമുക്ക് പാർക്കാൻ മുന്തിരിത്തോപ്പുകൾ, നീയെത്ര ധന്യ, ആയുർരേഖ എന്നീ സിനിമകൾക്ക് ആധാരമായ കഥകൾ യഥാക്രമം നമുക്ക് ഗ്രാമങ്ങളിൽ ചെന്ന് രാപ്പാർക്കാം, ഒരു ഞായറാഴ്ച്ചയുടെ ഓർമ്മക്ക്, രേഖയിൽ ഇല്ലാത്തത് എന്നീ നോവലുകളാണ്. എന്റെ മാനസപുത്രി, പാരിജാതം, കാണാക്കിനാവ് തുടങ്ങിയവ ടെലിവിഷൻ സീരിയലുകൾ. അമ്പതിലേറെ നോവലുകൾ എഴുതിയിട്ടുണ്ട്. ഇപ്പോഴും ആനുകാലികങ്ങളിൽ സജീവം.

ഭാര്യ: ശ്രീദേവി. മക്കൾ : നീന, ചിത്ര

കെ.കെ. സുധാകരൻ

വീഞ്ഞുവിരുന്ന്

(നോവൽ)

മാക്സ് ബുക്സ്
കോട്ടയം
2023

വില: **200** രൂപ

Veenju Virunnu
By K.K.Sudhakaran
Malayalam Novel

Published by:-
MAX BOOKS
Maxlive Media Solutions Pvt Ltd.
Muppathiyil Building, Muttambalom Post,
Kanjikuzhy, Kottayam 686 004
maxlivemediasolutions@gmail.com
maxbookskerala@gmail.com
Ph: 90740 98776

Cover Design: Sureshkumar

Printed in India
at Penta Offset, Kottayam
Edition:
First Editon October 2021
Second Edition January 2023
Copies: 1000
Price: Rs. 200

ISBN: 978-93-91085-47-6

കാൽപ്പനികതയുടെ നിറലഹരിയാണ് ഈ കൃതി. ജീവിതത്തിന്റെ ഒട്ടുമിക്ക അവസ്ഥകളെയും അതിമനോഹരമായി അവതരിപ്പിക്കുന്ന ഇതിലെ ഓരോ കഥാപാത്രവും താൻ തന്നെയാണല്ലോ എന്നു വായനക്കാരനെ തോന്നിപ്പിക്കുന്ന സർഗാത്മകതയുടെ മാജിക് അനുഭവിക്കാം. കെ.കെ. സുധാകരൻ എന്ന ജനപ്രിയ എഴുത്തുകാരനും മാക്സ് ബുക്സും വീണ്ടും കൈകോർക്കുന്നു. സ്വീകരിച്ചാലും.

അജീഷ് ചന്ദ്രൻ
പ്രസാധകൻ

ഒന്ന്

പക്ഷികളെ സംബന്ധിച്ച ഒരു പുസ്തകത്തിനുവേണ്ടിയാണ് സിസ്റ്റർ മരിയാന്ന ക്‌ളെയർ ഡിപ്പാർട്ട്മെന്റ് ലൈബ്രറിയിലേക്ക് വന്നത്. ലൈബ്രറിയിൽ അപ്പോൾ ആരും ഉണ്ടായിരുന്നില്ല.

"ഏതു ഷെൽഫാ സിസ്റ്ററേ തുറക്കേണ്ടത്?" താക്കോൽകൂട്ടവുമായി വന്ന് അറ്റന്റർ ബഞ്ചമിൻ ചോദിച്ചു.

"ദാ ഇത്." മൂലയ്ക്കുള്ള അലമാര സിസ്റ്റർ ക്‌ളെയർ ചൂണ്ടിക്കാട്ടി.

ബഞ്ചമിൻ അതു തുറന്നു കൊടുത്തു.

മുറിയിൽ ചൂടു വായു തങ്ങിനില്ക്കുന്നുണ്ടായിരുന്നു. പുസ്തകം തെരഞ്ഞെടുത്തുകൊണ്ടു നിൽക്കുന്നതിനിടയിൽ സിസ്റ്ററിന്റെ തുടുത്ത മുഖത്ത് വിയർപ്പു പൊടിഞ്ഞു.

ചെറിയ മുറിയാണ് ലൈബ്രറി. സീലിംങ് ഫാനുമില്ല.

"ആ ജനാലയൊന്നു തുറക്കാമോ ബഞ്ചമിൻ?"

അയാൾ ചെന്ന് ചില്ല് ജനാലയുടെ ചില്ലുകൾ രണ്ടും തുറന്നു വച്ചു. പെട്ടെന്ന് ഒരു കാറ്റ് ലൈബ്രറിയിലേക്ക് അടിച്ചു കയറി. സിസ്റ്റർ ക്‌ളെയറിന്റെ തൂവെള്ള ശിരോവസ്ത്രം കാറ്റിൽ ഒന്നിളകി.

മൂന്നാമത്തെ നിലയിലായിരുന്നു സുവോളജി ഡിപ്പാർട്ടുമെന്റ്. ഫുട്ബാൾ ഗ്രൗണ്ടിന് അഭിമുഖമായിട്ടാണ് സ്റ്റാഫ് റൂമും ലൈബ്രറിയും ലാബറട്ടറിയും അതു കാരണം ഡിപ്പാർട്ടുമെന്റിൽ എവിടിരുന്നാലും തണുത്ത കാറ്റ് കിട്ടും.

പക്ഷികളുടെ ദേശാന്തരഗമനത്തെക്കുറിച്ച് ഒന്നാം വർഷ എം.എസ്.സിക്കാർക്ക് ഒരു ക്ലാസ്സെടുക്കാനുണ്ട്. മഞ്ഞുകാലം തുടങ്ങുമ്പോൾ യൂറോപ്പിൽ നിന്ന് ഏഷ്യാ വൻകരയിലേക്ക് ഇളംവെയിൽ തേടിയെത്തുന്ന ചില പറവകളുടെ പേരുകൾ കൂടി കിട്ടണം.

ഏറ്റവും മുകളിലത്തെ തട്ടിലിരിക്കുന്ന തടിച്ച പുസ്തകത്തിനുവേണ്ടി ഉപ്പൂറ്റി ഉയർത്തി കൈനീട്ടുമ്പോളാണ് ബഞ്ചമിന്റെ മുഖം യാദൃച്ഛികമായി സിറ്റർ ക്‌ളെയറിന്റെ ശ്രദ്ധയിൽപ്പെട്ടത്.

സിറ്റർ പെട്ടെന്ന് കൈ താഴ്ത്തി.

"സിസ്റ്ററിന് നല്ല പൊക്കമുള്ളതുകൊണ്ട് ഏതു തട്ടിൽ നിന്നും പുസ്തകമെടുക്കാം. മേഴ്സി ടീച്ചറാണെങ്കിൽ സ്റ്റൂളെടുത്തിടും. അല്ലെങ്കി എന്നെ വിളിക്കും."

"ബഞ്ചമിനിങ്ങനെ ചുറ്റിപ്പറ്റി നിൽക്കണ്ടാ. പൊയ്ക്കോ. അലമാര പൂട്ടി ഞാൻ താക്കോലങ്ങു കൊണ്ടുവന്നേക്കാം." സിറ്റർ പറഞ്ഞു.

തലയൊന്നു കുലുക്കിയിട്ട് അയാൾ പോയി.

ഉദ്ദേശിച്ച പുസ്തകം കിട്ടിയപ്പോൾ സിസ്റ്റർ ക്ളെയർ ജനാലയുടെ അടുത്തേയ്ക്ക് ചെന്നു നിന്ന് പേജുകൾ മറിച്ച് നോക്കി.

ഇതുമതി. യൂറോപ്പിലെ പക്ഷികളെക്കുറിച്ച് ഒരു വലിയ അദ്ധ്യായം ഉണ്ട്. കൊണ്ടുപോകാം. കോൺവെന്റിലിരുന്ന് രാത്രിയിൽ വായിക്കാം.

പുസ്തകമടച്ചിട്ട് ജനാലയിലൂടെ പുറത്തേയ്ക്ക് നോക്കി സിസ്റ്റർ ഒരു നിമിഷം നിന്നു. ഫുട്ബാൾ ഗ്രൗണ്ടിനപ്പുറം ടാറിട്ട നിരത്താണ്. നിരത്തിന് സമാന്തരമായി പുഴ.

പുഴയ്ക്കക്കരെ വിശാലമായ കരിമ്പിൻതോട്ടം.

പെട്ടെന്നാണ് മണി മുഴങ്ങിയത്.

കുപ്പായക്കൈ മുകളിലേക്ക് അല്പം വലിച്ച് സിസ്റ്റർ ക്ളെയർ കൈത്തണ്ടയിലെ വാച്ചിൽ നോക്കി മണി ഒന്നു കഴിഞ്ഞ് അൻപതുമിനിറ്റ്. ഫസ്റ്റ് ബെല്ലാണ് അടിച്ചത്.

കറുത്ത സ്ട്രാപ്പുള്ള ചെറിയ വാച്ചിൽ നോക്കുമ്പോഴൊക്കെ സിസ്റ്ററിന്റെ മനസ്സിൽ ഒരു മുഖം തെളിയും. മദർ മേരി എജീദിയയുടെ.

രണ്ടുവർഷം മുമ്പ് എം.എസ്.സി. പരീക്ഷ ഒന്നാം റാങ്കോടെ സിസ്റ്റർ ക്ളെയർ പാസ്സായപ്പോൾ മദർ സമ്മാനിച്ച വാച്ചാണത്.

"ഞാനിനി സമയം നോക്കുമ്പോഴൊക്കെ മദറിനെ ഓർക്കും." അന്ന് സിസ്റ്റർ പറഞ്ഞു.

"ഞാനും അതുതന്നെയാ കുഞ്ഞേ ആഗ്രഹിക്കുന്നത്."

നാലഞ്ചു മഠങ്ങളിൽ സിസ്റ്റർ ക്ളെയർ പാർത്തിട്ടുണ്ട്. എങ്കിലും മാതൃഭവനം പോലെ മനോഹരമായ ഒരു മഠം ഇതുവരെ കണ്ടിട്ടില്ല. കരിങ്കല്ലു കൊണ്ട് പണിതുയർത്തിയ പുരാതനമായ ഇരുനില കെട്ടിടം. കമാനാകൃതിയിലുള്ള വലിയ വാതിലുകൾ, ജനാലകൾ, നിറമുള്ള ചില്ലുകൾ പതിച്ച വെന്റിലേറ്ററുകൾ, നീണ്ട ഇടനാഴികൾ, ചുറ്റിച്ചുറ്റിപ്പോകുന്ന കോണിപ്പടികൾ.

പുറത്ത് കൂറ്റൻ മതിലിന്റെ സുരക്ഷിതത്വം. വളപ്പിനുള്ളിൽ വളർന്നു മുറ്റിയ വൃക്ഷങ്ങൾ. മുറ്റത്ത് ഒരത്തിമരം, കൂടാതെ തേക്ക്, നെല്ലി, നീർമ്മാതളം, വാക, നാരകം.......

പിൻവശത്ത് വലിയതൊഴുത്തിൽ നിറയെ കൊഴുത്ത സിന്ധിപ്പശുക്കൾ. ഓടു പാകിയ മരക്കൂടുകളിൽ കോഴികൾ.

മഠത്തിലെ ആവശ്യംകഴിഞ്ഞുള്ള പാലും മുട്ടയും വാങ്ങാൻ എന്നും ടൗണിൽ നിന്നും പിക്കപ്പ് വാൻ എത്തും.

.....തീരെ വയ്യ. മരിയാന്ന. പ്രെഷർ വല്ലാതെ. ശല്യപ്പെടുത്തുന്നുണ്ട്. നടക്കുമ്പോൾ കിതയ്ക്കുന്നു. രാത്രിയാകുമ്പോൾ രണ്ടുകാലിലേയും അസ്ഥികൾ വേദനിക്കാൻ തുടങ്ങും. വയസ്സിപ്പോൾ എഴുപത്താറായില്ലേ.

നിന്നേക്കാൾ അരനൂറ്റാണ്ട് അധികം....എനിക്ക് നിന്നെയൊന്ന് കണ്ടാൽ കൊള്ളാമെന്നുണ്ട് കുഞ്ഞേ. എന്നാ ഇനി വരിക?

അലമാര പൂട്ടി താക്കോലുമായി സിസ്റ്റർ ക്ളെയർ ലൈബ്രറിയിൽ നിന്നിറങ്ങി മൂന്നാം വർഷ ബി.എസ്.സി യ്ക്ക് പ്രാക്ടിക്കലാണ് അടുത്ത രണ്ട് പീരിഡ്.

സിസ്റ്റർ നേരെ സ്റ്റാഫ് റൂമിലേക്കാണ് ചെന്നത്. മേശപ്പുറത്ത് തലചായ്ച്ചു വച്ച് ഉച്ചമയക്കത്തിലായിരുന്ന പ്രൊഫ. ഉലഹന്നാൻ ഹാന്റ് ബാഗ് തുറന്ന് ചെറിയ മുഖക്കണ്ണാടി എടുത്ത് നോക്കി മേഴ്സി ടീച്ചർ മുടി ഒതുക്കി വയ്ക്കുന്നു.

സിസ്റ്റർ ക്ളെയർ മേശവലിപ്പ് തുറന്ന് പുസ്തകം അതിനുള്ളിൽ വച്ചു.

“സിസ്റ്ററിന് അടുത്ത പീരിഡ് ക്ലാസ്സുണ്ടോ?” വലിച്ചു കൊണ്ടിരുന്ന സഗററ്റ് ആഷ്ട്രേയിൽ ഞെരിച്ചു കെടുത്തിക്കൊണ്ട് പ്രൊഫ. സെബാസ്റ്റ്യൻ ചോദിച്ചു.

“തേഡ് ബി.എസ്.സി യ്ക്ക് പ്രാക്ടിക്കലാ.”

“തോമസ് മാത്യു ഇന്ന് ലീവിലാണല്ലോ.”

സിസ്റ്റർ ക്ളെയറിനും തോമസ് മാത്യുവിനുമാണ് മൂന്നാം വർഷ ബി. എസ്. സിക്കാരുടെ പ്രാക്ടിക്കലിന്റെ ചുമതല.

ഒരാളെക്കൊണ്ടു മാത്രം പറ്റില്ല.

“ഉലഹന്നാൻ സാറിന് ഫസ്റ്റ് അവർ ക്ലാസ്സില്ല സിസ്റ്ററെ. പുള്ളിയെ വിളിക്ക്. വരും. “മുടിയിൽ ഒരു പിൻ കുത്തിയുറപ്പിച്ചുകൊണ്ട് മ്ലേഴ്സിടീച്ചർ പറഞ്ഞു.

“എന്തിനാ സിസ്റ്ററെ പാവത്തിനെ ഉപദ്രവിക്കുന്നേ? പുള്ളി ഉറങ്ങിക്കോട്ടെ.” പ്രൊഫ. സെബാസ്റ്റ്യൻ പറഞ്ഞു.

സിസ്റ്റർ ക്ളെയർ പുഞ്ചിരിച്ചു.

അപ്പോഴാണ് ഇടനാഴിയുടെ അറ്റത്തുനിന്നും ഷൂസിന്റെ താളത്തിലുള്ള ഒച്ച അടുത്തടുത്തു വന്നത്.

“സിസ്റ്റർക്ക് ഭാഗ്യമുണ്ട്. ദാ ഫിലിപ്പ് വരുന്നു.”

സമരിയാക്കാരൻ എന്നാണ് ഡിപ്പാർട്ടുമെന്റിൽ ഫിലിപ്പ് ജോൺ അറിയപ്പെടുന്നത്. ചെറുപ്പക്കാരൻ. പരോപകാരി. ഏതു കാര്യം വന്നാലും മുന്നിട്ടിറങ്ങുന്നവൻ.

“എടോ തനിക്ക് സിസ്റ്ററെ ഒന്ന് ഹെൽപ്പ് ചെയ്യാമോ? തേഡ് ബി.എസ്.സി ക്ക് പ്രാക്ടിക്കലാ.” പ്രൊഫ. സെബാസ്റ്റ്യൻ ചോദിച്ചു.

“ഇതെന്താണ് സിസ്റ്ററെ സംഭവം?”

“ഫ്രോഗാണ്.....മാക്സിലറി നേർവ്.”

“ചെയ്തിട്ട് കുറച്ചുനാളായി സിസ്റ്ററെ. എന്നാലും ഒരു കൈ നോക്കാം.” ഫിലിപ്പ് ഏറ്റു.

സിസ്റ്റർ ക്ളെയർ എഴുന്നേറ്റു ലാബിലേക്ക് ചെന്നു. സ്റ്റൂളിൽ കുന്തിച്ചിരുന്നു ബീഡി വലിക്കുന്നുണ്ടായിരുന്നു അറ്റന്റർ ഈപ്പൻചേട്ടൻ.

പതിഞ്ഞ കാലടിശബ്ദമോ നീണ്ട കുപ്പായത്തിന്റെ മർമ്മരമോ വയസ്സൻ കേട്ടില്ല.

"സ്പെസിമെനൊക്കെ റെഡിയല്ലേ ഈപ്പൻ ചേട്ടാ." സിസ്റ്റർ ക്ളെയറിന്റെ ചോദ്യം കെട്ടയാൾ ഞെട്ടിയെഴുന്നേറ്റു.

"രാവിലെ പിടിച്ചിട്ടതാ സിസ്റ്ററെ. എല്ലാം ചത്തുകാണും." ബീഡിക്കുറ്റി നിലത്തിട്ട് ചവിട്ടിക്കൊണ്ട് അയാൾ പറഞ്ഞു.

മേശപ്പുറത്തു നിറയെ ചലനമില്ലാതെ മുഴുത്ത തവളകൾ കിടക്കുന്നുണ്ടായിരുന്നു. സിസ്റ്റർ ക്ളെയറിന്റെ ഉള്ളൊന്നു പിടഞ്ഞു. പാവം ജീവികൾ.

പഠിക്കാൻ ജന്തുശാസ്ത്രം തെരഞ്ഞെടുക്കേണ്ടിയിരുന്നില്ലെന്ന് പലപ്പോഴും ആഗ്രഹിച്ചിട്ടുണ്ട്. ഒരിക്കൽ കീറിമുറിയ്ക്കാൻ ഒരു പ്രാവിനെയാണ് കിട്ടിയത്. അന്ന് ജലപാനം കഴിച്ചില്ല. രാത്രി മുഴുവൻ കുറ്റബോധത്തോടെ കിടന്നു കരഞ്ഞു.

കണ്ണാടി ഭരണിയിൽ നിന്ന് തവളകളെയെടുത്ത് എല്ലാ ട്രേയിലും ഒന്നു വീതം ഇട്ടു. പതിനഞ്ചു മേശകൾ ഓരോ മേശയിലും രണ്ട് ട്രേകൾ വീതം മൊത്തം മുപ്പത് സീറ്റുകൾ.

രണ്ടാമത്തെ ബെല്ലടിച്ചപ്പോൾ കുട്ടികൾ ലാബിലേക്ക് വന്നു. മുപ്പതിൽ ആറുപേർ ആൺകുട്ടികൾ. ഫിലിപ്പും വന്നു. കുട്ടികളിൽ പകുതിപ്പേർ ഫിലിപ്പിന്റെ അടുത്തേയ്ക്ക് പോയി. ബാക്കി സിസ്റ്റർ ക്ളെയറിന്റെ അടുത്തേയ്ക്കും വന്നു.

"നമ്മൾ ഇന്ന് തവളയുടെ മാക്സിലറി നേർവ്വ് ആണ് കണ്ടുപിടിക്കാൻ പോകുന്നത്. അതായത് തലച്ചോറിൽ നിന്ന് വായുടെ വിവിധ ഭാഗങ്ങളിൽ വന്നെത്തുന്ന നാഡികൾ. ഞാനത് ഡിസക്ട് ചെയ്ത് കാണിക്കാം. നിങ്ങളത് ശ്രദ്ധാപൂർവ്വം കണ്ട് പഠിക്കുക.

ഒരു സ്റ്റൂൾ വലിച്ചിട്ട് സിസ്റ്റർ ഇരുന്നു. എന്നിട്ട് ഡിസക്ഷൻ ബോർഡെടുത്ത് മേശപ്പുറത്തു വച്ചു. ദീർഘചതുരാകൃതിയിലുള്ള ചെറിയ പലകയാണ് ഡിസക്ഷൻ ബോർഡ്.

കുട്ടികൾ സിസ്റ്റർ ക്ളെയറെ പൊതിഞ്ഞു.

ട്രേയിലെ വെള്ളത്തിൽ കിടന്ന തവളയെ എടുത്ത് സിസ്റ്റർ പലകമേൽ മലർത്തി വച്ചു. എന്നിട്ട് നാലു കാലുകളും വലിച്ചു പിടിച്ച് മൊട്ടുസൂചിയും ചെറിയ ചുറ്റികയും ഉപയോഗിച്ച് അതിനെ പലകയിൽ ക്രൂശിച്ചു.

പിന്നെ ചെറിയ കത്രികയെടുത്ത് തവളയുടെ ഉദരഭാഗത്തെ അയഞ്ഞ തൊലി നീളത്തിൽ മുറിച്ച് ഇരുവശത്തേയ്ക്കും പൊളിച്ച് പലകമേൽ വലിച്ചു വച്ച് മൊട്ടുസൂചി തറച്ചു.

എല്ലാ കണ്ണുകളും സിസ്റ്റർ ക്ളെയറിന്റെ വിരലിന്റെ ചലനങ്ങളായിരുന്നു. വിദഗ്ദ്ധനായ ഒരു ഡോക്ടർ ശസ്ത്രക്രിയ ചെയ്യുന്ന ചടുലചലനങ്ങളായിരുന്നു അവ. തവളയുടെ തലയോടും മാംസവും നീക്കി തല

ച്ചോറിൽനിന്ന് പുറപ്പെട്ട് കീഴ്ത്താടിയിലേക്കും മേൽത്താടിയിലേക്കും എത്തുന്ന നേർത്ത നൂലുകൾ പോലുള്ള നാഡികൾ കുട്ടികൾക്ക് സിസ്റ്റർ കാട്ടിക്കൊടുത്തു.

"ഇനി ചെയ്യരുതോ?"

"ചെയ്യാം സിസ്റ്റർ"

ഡെമോൺസ്ട്രേഷൻ കഴിഞ്ഞപ്പോൾ കുട്ടികൾ അവരവരുടെ ഇരിപ്പിടങ്ങളിലേക്ക് മടങ്ങി.

ഫിലിപ്പും അപ്പോഴേയ്ക്കും എഴുന്നേറ്റുവന്നു.

"സിസ്റ്ററെ ഞാൻ പുറത്തേയ്ക്കൊന്നിറങ്ങിയിട്ട് വരാം. ഒരു സിഗരറ്റു വലിക്കണം."

പുഞ്ചിരിയോടെ സിസ്റ്റർ തലകുലുക്കി.

കുട്ടികൾ തവളയെ പലകയിൽ തറയ്ക്കുന്ന ശബ്ദം അസഹ്യമായിരുന്നു. സിസ്റ്റർ ക്ളെയർ എഴുന്നേറ്റ് വരാന്തയിലേക്ക് ചെന്നുനിന്നു.

പുഴയിലൂടെ ഒരു കെട്ടുവള്ളം നീങ്ങിപ്പോകുന്നു. വള്ളത്തിൽ നിന്ന് പുകയുയരുന്നുണ്ട്. അവർ ചോറു വയ്ക്കുകയായിരിക്കും.

അരമണിക്കൂർ കഴിഞ്ഞിട്ടുണ്ടാവും ചുറ്റികയുടെ പ്രവർത്തനം നിലച്ചുകഴിഞ്ഞിരിക്കുന്നു. സിസ്റ്റർ ചെന്നു നോക്കിയപ്പോൾ ഒരാളൊഴികെ മറ്റെല്ലാവരും കുനിഞ്ഞിരുന്ന് തവളയുമായി മല്ലടിക്കുകയാണ്.

ശിവമോഹൻ മാത്രം കയ്യിൽ കത്രികയുമായി മിഴിച്ചു നോക്കി ഇരുന്നു. കണ്ണുകൾ തവളയിലാണ്.

ശിവമോഹൻ.....

സിസ്റ്റർ ക്ളെയർ മെല്ലെ അവന്റെ അടുത്തേയ്ക്ക് ചെന്നു.

"എന്താ ശിവമോഹൻ? കിനാവുകാണുകയാണോ?"

മൃദുവായ ആ ചോദ്യം കേട്ട് അവൻ മുഖമുയർത്തി. കവിയുടെ കണ്ണുകളാണ് അവന്റേതെന്ന് സിസ്റ്റർ ക്ളെയറിന് അപ്പോഴും തോന്നി. ആഴങ്ങളിലെവിടെയോ സ്വപ്നം മയങ്ങിക്കിടക്കുന്ന കണ്ണുകൾ.

"അല്ല സിസ്റ്റർ. ഈ തവള മരിച്ചിട്ടില്ല. ദാ നോക്കിക്കേ." സ്റ്റൂളിൽനിന്നെഴുന്നേറ്റ് അവൻ പറഞ്ഞു.

ശിവമോഹൻ പറഞ്ഞത് ശരിയായിരുന്നു. ഉദരഭാഗം തുറന്നു പിളർത്തി ഇരുവശത്തേയ്ക്കും പിൻ ചെയ്തു വച്ചിരിക്കുന്ന തവളയുടെ ആന്തരാവയവങ്ങൾ എല്ലാം കാണാമായിരുന്നു. കൊച്ചു വാഴക്കൂമ്പുപോലുള്ള അതിന്റെ ഹൃദയം ബലഹീനമായി ചുരുങ്ങുകയും വികസിക്കുകയും ചെയ്യുന്നു.

സിസ്റ്റർ ക്ളെയർ കണ്ണുകൾ ഉയർത്തി ദയനീയമായി ശിവമോഹനനെ ഒന്നു നോക്കി.

"അതിന് വേദനിച്ചിട്ടുണ്ടാവില്ലേ സിസ്റ്റർ?"

"ഇല്ല വേദനിച്ചിട്ടുണ്ടാവില്ല."

കൊല്ലാൻ മരുന്നു കൊടുത്ത തവളയാണ്. എപ്പോഴെ ചാവേണ്ടതാ

യിരുന്നു.

പൊടുന്നനെ അതിന്റെ ഹൃദയമിടിപ്പ് നിലച്ചു.

"ഡിസക്റ്റ് ചെയ്യാനറിയുമോ ശിവമോഹനന്?" സിസ്റ്റർ ചോദിച്ചു.

ഇല്ലെന്ന് അവൻ തലയാട്ടി.

സിസ്റ്റർ അവന്റെ സ്റ്റൂളിലേക്കിരുന്നു.

"ഞാൻ ചെയ്തു കാണിച്ചപ്പോൾ പിന്നെവിടെ നോക്കി നിൽക്കുകായിരുന്നു?" കത്രികയെടുത്തുകൊണ്ട് ഒട്ടൊരു ശാസനയോടെ സിസ്റ്റർ ചോദിച്ചു.

"സിസ്റ്ററിന്റെ കൈകൾ മാത്രമാണ് ഞാൻ കണ്ടത്. എത്ര ഭംഗിയുള്ള വിരലുകളാ......."

സിസ്റ്റർ ക്ളെയർ പെട്ടെന്ന് ട്രേയിലെ വെള്ളത്തിലേക്ക് കൈകൾ താഴ്ത്ത്. പക്ഷെ ജലത്തിലെ സുതാര്യതയ്ക്ക് ആ വിരലുകളുടെ സുഭഗത മറച്ചുവയ്ക്കാൻ കഴിഞ്ഞില്ല.

ജനാലയിലൂടെ ഒരു കാറ്റ് ലാബിലേക്കടിച്ചുകയറി. ഭിത്തിയിൽ തൂക്കിയിട്ടിരുന്ന ഒരു ചാർട്ട് ആണിയിളകി നിലംപതിച്ചു.

സിസ്റ്റർ ക്ളെയർ ഒന്നും പറയാതെ എഴുന്നേറ്റ് സ്റ്റാഫ്റൂമിലേക്ക് പോയി. ശിവമോഹന്റെ കണ്ണുകൾ അവരെ പിന്തുടരുന്നുണ്ടായിരുന്നു.

സ്റ്റാഫ് റൂമിൽ ആരും ഉണ്ടായിരുന്നില്ല.

മേശവലിപ്പിൽനിന്ന് പുസ്തകം എടുത്ത് സിസ്റ്റർ ക്ളെയർ പേജുകൾ മറിച്ചു നോക്കി. എത്രയോ തരം കിളികൾ. അവയുടെ ചിത്രങ്ങൾ നോക്കി കുറേ നേരം ഇരുന്നു. പക്ഷെ പെട്ടെന്ന് മടുത്തു.

ലാബിലേക്ക് പോകാൻ സിസ്റ്റർ ക്ളെയറിന് തോന്നിയില്ല. പോകാതിരിക്കാൻ പറ്റില്ലല്ലോ എന്നോർത്തപ്പോൾ അവർ മെല്ലെ എഴുന്നേറ്റു.

നാലഞ്ചു കുട്ടികൾ ഒഴിച്ച് ബാക്കിയുള്ളവരെല്ലാം പോയ്ക്കഴിഞ്ഞിരുന്നു. ഫിലിപ്പ് ഒരു കുട്ടിയെ സഹായിക്കുന്നു.

സിസ്റ്റർ ചെന്ന് കസേരയിൽ ഇരുന്നു.

"ഇനി ഞാൻ പൊയ്ക്കോട്ടെ സിസ്റ്റർ? നാലേകാലിന് ടോപ്പാസും സഫയറും തമ്മിൽ ഒരു ഫുട്ബാൾ മാച്ചുണ്ട്. ഞാനാ റഫറി." ഫിലിപ്പ് വന്ന് പറഞ്ഞു.

"സാർ, പൊയ്ക്കോളൂ........ആന്റ് ലോട്ട് ഓഫ് താങ്ക്സ്."

"വെൽകം"

ഫിലിപ്പ് പോയി.

നാലുമണിയുടെ ബെല്ലടിച്ചപ്പോൾ ലാബിൽ ശിവമോഹൻ മാത്രം അവശേഷിച്ചു. കുനിഞ്ഞ് ഒരേ ഇരുപ്പ്. അഞ്ചുമിനിട്ടു കഴിഞ്ഞിട്ടും പോകാൻ ഭാവമില്ല.

സിസ്റ്റർ ക്ളെയർ സാവധാനം എഴുന്നേറ്റ് അവന്റെ അടുത്തേയ്ക്ക് ചെന്നു.

"തീർന്നില്ലെ ശിവമോഹൻ?"

സിസ്റ്റർ നോക്കിയപ്പോൾ തവളയുടെ ശവശരീരം അതേപടി ഇരിക്കുന്നു. അവൻ അതിൽ തൊട്ടിട്ടുപോലുമില്ല.

“ഈ പണി എനിക്ക് പറ്റിയതല്ല സിസ്റ്റർ.” എഴുന്നേറ്റ് കൊണ്ടവൻ പറഞ്ഞു.

അടുത്തു നിന്നപ്പോൾ ഇരുവർക്കും ഒരേ പൊക്കം. അവന്റെ മേൽച്ചുണ്ടിന് മീതെ കറുത്തു തുടങ്ങുന്ന രോമങ്ങൾ കണ്ണുകളിൽ നിഗൂഢമായ മന്ദഹാസം.

സിസ്റ്റർ ക്ളെയറിന്റെ കുപ്പായം അവന്റെ കൈത്തണ്ടയിൽ ഉരസി.

“സിസ്റ്റർ എന്തു പെർഫ്യൂമാ ഉപയോഗിക്കുന്നത്?”

നിനച്ചിരിക്കാതെ ശിവമോഹൻ ചോദിച്ചു.

“ഞാനോ..............ഇല്ല ഒന്നും ഉപയോഗിക്കാറില്ല.” അമ്പരപ്പു മറച്ച് സിസ്റ്റർ ക്ളെയർ പറഞ്ഞു.

“പിന്നെന്തിന്റേയാണീ മണം?” ശക്തിയായി ശ്വാസം ഉള്ളിലേക്കെടുത്തുകൊണ്ട് അവൻ അത്ഭുതപ്പെട്ടു.

സിസ്റ്റർ ഒന്നും പറയാതെ അവനെ നോക്കി.

“സിസ്റ്റർ ചന്ദനസോപ്പാണോ കുളിക്കുവാൻ ഉപയോഗിക്കുന്നത്? കാച്ചെണ്ണയാണോ മുടിയിൽ പുരട്ടുന്നത്?”

ശിവമോഹന്റെ ചോദ്യങ്ങൾ കേട്ട് സിസ്റ്റർ ഒരു പ്രതിമകണക്കെ നിന്നു. സ്വന്തം ചോദ്യങ്ങൾക്ക് ഉത്തരം കണ്ടുപിടിച്ചതുപോലെ പെട്ടെന്നവൻ തല കുലുക്കി.

“അല്ല.........എനിക്കിപ്പം മനസ്സിലായി ഇത് സിസ്റ്ററിന്റെ മണം തന്നെ. വേറൊന്നിന്റേയും അല്ല.”

ചിരിച്ചുകൊണ്ട് ശിവമോഹൻ ലാബിൽനിന്നിറങ്ങിയപ്പോൾ ആശ്രയത്തിനായി മാലത്തുമ്പിലെ തിരുരൂപത്തിൽ അള്ളിപ്പിടിച്ചുകൊണ്ട് സിസ്റ്റർ മരിയാന്ന ക്ളെയർ നിശ്ചലയായി നിന്നു.

രണ്ട്

ദേശാടനപ്പക്ഷികൾക്ക് അത്ഭുതാവഹമായ സ്ഥലനിർണ്ണയശക്തിയും ദിക്കുനിർണ്ണയശക്തിയും ഉണ്ടെന്നുള്ളത് വ്യക്തമാണ്. അവ വിഷമംകൂടാതെ ജാതിപാരമ്പര്യമനുസരിച്ചുള്ള വഴിക്ക് ഒരു നിശ്ചിത സ്ഥലത്ത് പറന്നെത്തുന്നു. അനവധി ജാതികൾ കടലിനു മീതെ രണ്ടായിരം മുതൽ അയ്യായിരം കിലോമീറ്ററിലധികം സഞ്ചരിക്കുന്നു.

പകൽസമയത്തു ദൂരസഞ്ചാരം ചെയ്യുന്ന ദേശാടനപ്പക്ഷികൾ സൂര്യൻ പ്രകാശിക്കുന്ന ഭാഗത്തെ ആസ്പദമാക്കിയാണ് ദിക്കുകൾ നിർണ്ണയിക്കുന്നത്. രാത്രിയിൽ ദേശാടനം നിർവ്വഹിക്കുന്ന പറവകൾ നക്ഷത്രങ്ങളുടെ സ്ഥിതി നോക്കിയാണ് ദിക്കറിയുന്നതെന്ന് മിക്ക ശാസ്ത്രജ്ഞന്മാരും സമ്മതിക്കുന്നു.

ദേശാടനപ്പറവകളുടെ ദിക്കുനിർണ്ണയം സ്ഥലനിർണ്ണയം എന്നിവയെ

ക്കുറിച്ച് പ്രസ്താവിക്കുമ്പോൾ ഓർക്കേണ്ടത് ദേശാടകരല്ലാത്ത പക്ഷികളും പതിവായി കുറേ ദൂരം സഞ്ചരിച്ച ശേഷം വിഷമം കൂടാതെ സ്വന്തം കൂട്ടിൽ തിരിച്ചെത്തുന്നുണ്ടെന്നതാണ്....”

വായിച്ചതൊന്നും സിസ്റ്റർ മരിയാന ക്ളെയറിന്റെ മനസ്സിൽ പതിഞ്ഞില്ല. ഏകാഗ്രത നഷ്ടപ്പെടുകയാണ്. കൺമുന്നിൽനിന്ന് അക്ഷരങ്ങൾ ഒഴിഞ്ഞുമാറിപ്പോകുന്നു.

തളർച്ചയോടെ സിസ്റ്റർ കസേരയിലേയ്ക്ക് ചാരി ഇരുന്നു.

ടേബിൾ ലാമ്പിന്റെ മഞ്ഞവെളിച്ചം മാത്രമേ മുറിയിലുണ്ടായിരുന്നുള്ളൂ. മേശപ്പുറത്തെ കൊച്ചു ടൈംപീസിൽ മണി പതിനൊന്നു കഴിഞ്ഞ് പത്തുമിനിറ്റ്.

കോൺവെന്റ് സുഖനിദ്രയിൽ എങ്ങും ഒരനക്കവുമില്ല. ഒച്ചയുമില്ല.

പ്രാർത്ഥനകഴിഞ്ഞ് പത്തുമണിയായപ്പോൾ ഉറങ്ങാൻ കിടന്നതാണ്. കണ്ണടയ്ക്കാൻ സാധിച്ചില്ല. ചിത്രങ്ങൾ തെളിയുകയാണ്. ആറ്റിറമ്പത്തെ ഓടിട്ട ഒരു കൊച്ചുവീട്. സന്ധ്യ. പിന്നാമ്പുറത്തെ വിശാലമായ വാഴത്തോപ്പിന്റെ നിബിഡതയിലേയ്ക്ക് വേപഥുഗാത്രിയായി ഇറങ്ങിച്ചെന്നു ഒരു പതിനാറുകാരി പെൺകുട്ടി. നീലപ്പാവാടയും പുള്ളി ബ്ലൗസുമാണ് അവൾ ധരിച്ചിരിക്കുന്നത്.

സിസ്റ്റർ ക്ളെയർ എഴുന്നേറ്റ് മുറിയിൽ വെറുതെ ഉലാത്തി. വയ്യ കോളേജിൽ വച്ച് തുടങ്ങിയ എരിപൊരി സഞ്ചാരമാണ്. മനസ്സ് സ്വസ്ഥമാകുന്നില്ല.

ഒൻപതു വർഷം മുമ്പത്തെ സന്ധ്യ കഴിഞ്ഞ ഏതോ ജന്മത്തു നടന്ന സംഭവംപോലെയാണ് ഇപ്പോഴത് തോന്നുന്നത്. പക്ഷേ അന്ന് ഒരാൾ പറഞ്ഞ അതേ കാര്യങ്ങൾ ഇന്ന് മറ്റൊരാൾ വീണ്ടും......

സിസ്റ്റർ ക്ളെയറിന്റെ കൈ അറിയാതെ ജപമാലയിലേക്ക് നീണ്ടു മുത്തുമണികളോരോന്നായി വിരലുകൾക്കിടയിലൂടെ കടന്നുപോയി.

യഹോവേ, ഞാൻ തളർന്നിരിക്കുന്നു. എന്നോട് കരുണ കാട്ടേണമേ യഹോവേ. ഞാൻ ഭ്രമിച്ചിരിക്കുന്നു. എന്നെ സൗഖ്യമാക്കേണമേ.

പുറത്ത് നേർത്ത നിലാവുണ്ടായിരുന്നു. തെളിഞ്ഞ ആകാശത്തിനു നേരെ കറുത്ത കുന്നുകൾപോലെ പള്ളിമുറ്റത്തെ കൂറ്റൻ ചൂളമരങ്ങൾ നിൽക്കുന്നു.

ഭാരം കയറ്റിയ ഏതോ വാഹനം നിരത്തിലൂടെ കടന്നുപോകുന്നു. നിരത്തിനിരുവശത്തും കോളേന്റെയും കോൺവെന്റിന്റെയും മതിലുകളാണ്.

കോളേജിന്റെ പിന്നിലായിട്ടാണ് ആൺകുട്ടികൾക്കുള്ള ഫിലിപ്പ് ഹോസ്റ്റലും ആന്റണീസ് ഹോസ്റ്റലും.

അതിൽ ഏതിലായിരിക്കും ശിവമോഹൻ താമസിക്കുന്നത്?

വായിച്ചുനിർത്തിയ താളുകൾക്കിടയിൽ മേശപ്പുറത്തു കിടന്ന ഒരു ക്ഷണക്കത്തെടുത്ത് അടയാളം വച്ചിട്ട് സിസ്റ്റർ ക്ളെയർ പുസ്തകമട

ച്ചു.

എം.എസ്സിക്ക് ഒപ്പം പഠിച്ച റാണി പുന്നൂസിന്റെ വിവാഹക്ഷണക്കത്താണത്.

അച്ചടിച്ച കാർഡിന്റെ മറുപുറത്ത് റാണി എഴുതിയിരിക്കുന്നു. ഒടുവിൽ എനിക്കുവേണ്ടിയും വിവാഹമണി മുഴങ്ങുന്നു സിസ്റ്ററെ ഇത്തിരി കാത്തിരിക്കേണ്ടി വന്നെങ്കിലും നമ്മുടെ സെഖര്യാവിനെ തന്നെ എനിക്ക് കിട്ടി. പ്രതീക്ഷയില്ലായിരുന്നു പക്ഷേ ദൈവം എന്നെ കൈവെടിഞ്ഞില്ല.......

സെഖര്യാവ് എന്ന് പെൺകുട്ടികൾ സ്വകാര്യമായി വിളിച്ചിരുന്ന സഖറിയാസ് തോമസ് എം.എസ്സി ക്ലാസ്സിൽ പുതിയതായി പഠിപ്പിക്കാൻ വന്ന സുമുഖനായ ലെക്ചററായിരുന്നു. മിക്ക പെൺകുട്ടികളും സെഖര്യാവിനെ ആരാധിച്ചെങ്കിലും റാണിക്കാണ് അയാളുടെ ഹൃദയം കവരാൻ സാധിച്ചത്. കോഴ്സ് പാതിയാകുംമുമ്പേ അവർ കടുത്ത പ്രണയത്തിലായി.

അദ്ധ്യാപകനെ ശിഷ്യ പ്രേമിക്കുന്നു. സ്വാഭാവികം.

ശിഷ്യൻ അദ്ധ്യാപികയെ പ്രേമിച്ചാലോ?

സിസ്റ്റർ ക്ളെയർ ശബ്ദമുണ്ടാക്കാതെ വാതിൽ തുറന്ന് മുറിയിൽനിന്നിറങ്ങി. നീണ്ട ഇടനാഴി വിജനം. കോണികൾക്കു മുകളിൽ പ്രകാശിക്കുന്ന ട്യൂബ്ലൈറ്റിന്റെ വെളിച്ചം ഇടനാഴിയുടെ ഇങ്ങേ അറ്റംവരെ വീണു കിടക്കുന്നു.

ഇടനാഴിയുടെ അറ്റത്തേയ്ക്ക് മെല്ലെ നടന്നു. ഇരുവശത്തും നിരയായി മുറികൾ എല്ലാ വാതിലുകളും അടഞ്ഞു കിടക്കുന്നു. ഒന്നിലും വെളിച്ചമില്ല. ഓരോ മുറിയിലും മൂന്ന് പെൺകുട്ടികൾ വീതമാണ് പാർക്കുന്നത്.

രണ്ടാം നിലയിലെ വാർഡനാണ് സിസ്റ്റർ മരിയാന്ന ക്ളെയർ.

മിനുസമുള്ള നിലത്ത് നഗ്നപാദയായി നടക്കുമ്പോൾ ശബ്ദമില്ല.

ഉരുളൻകല്ലുകളും ഉണങ്ങിയ ഇലകളും ചവിട്ടി ശബ്ദമുണ്ടാക്കാതെ നഗ്നപാദയായി വാഴത്തോപ്പിലേയ്ക്ക് നടന്ന സന്ധ്യകളുണ്ട്.

സന്ധ്യാകുമ്പോൾ വാഴത്തോപ്പിൽ തേൻകുടിക്കാൻ ഞർക്കീലുകൾ വരും. ഇളംകാറ്റിൽ വാഴത്തലപ്പുകൾ മെല്ലെ തലയാട്ടും. പോളവിരിഞ്ഞ വാഴപ്പൂവിന്റെ മണം അന്തരീക്ഷത്തിൽ പരക്കും.

ആ പറമ്പിൽ ഇടതൂർന്ന് നിൽക്കുന്ന വാഴകൾ മാത്രമേയുള്ളൂ. ഞാലിപ്പൂവൻ, പാളയങ്കോടൻ, കൂമ്പില്ലാക്കണ്ണൻ, ചെങ്കദളി, പൂവൻ, പടറ്റി, പച്ചക്കദളി.

ചരക്കുമായി പോകുമ്പോൾ ആറ്റുവക്കത്തെ ഏതെങ്കിലും പറമ്പിൽ പുതിയ ഇനം വാഴ കണ്ടാൽ അപ്പച്ചൻ വള്ളമടുപ്പിക്കും. വീട്ടുകാരനോട് ചോദിച്ച് അതിന്റെയൊരു വിത്തു വാങ്ങിയിട്ടേ വീണ്ടും യാത്ര തുടരൂ. വാഴയെന്നു പറഞ്ഞാൽ ഹരമാണ് അപ്പച്ചന്.

ചരക്കുമായി പോയാൽ മൂന്നും നാലും ദിവസം കഴിഞ്ഞേ അപ്പച്ചൻ

വരൂ. വരുമ്പോൾ വള്ളക്കൂലി മൊത്തം മടിക്കുത്തിലെ തുണിസഞ്ചിയിൽ ഭദ്രമായിരിപ്പുണ്ടാവും. കുറവുണ്ടെങ്കിൽ അത് ഒരുകുപ്പി കള്ളിന്റെ പണം മാത്രം.

സന്ധ്യയാകുമ്പോഴേക്കും അമ്മ അത്താഴത്തിന്റെ ജോലികളെല്ലാം തീർക്കും. അടുക്കളവാതിലടച്ചിട്ട് സോപ്പും തോർത്തുമെടുത്ത് അമ്മ പിന്നെ ആറ്റിൽ കുളിക്കാൻ പോകും. താഴെ പറമ്പിനോടു ചേർന്നാണ് ആ സ്വകാര്യ കടവ്.

ഉടുത്തിരിക്കുന്ന മുണ്ടും ചട്ടയും അടിച്ചുനനച്ച് കുളിച്ചിട്ടേ അമ്മ വരൂ. അരമണിക്കൂറെങ്കിലും എടുക്കും. ആ നേരത്താണ് വാഴത്തോപ്പിലേയ്ക്കുള്ള രഹസ്യയാത്ര.

“ജസ്സിയെ എന്താണ് മണക്കുന്നത്?” ആദ്യമായി വലിച്ചടുപ്പിച്ച് നെഞ്ചോട് ചേർത്തു ചുംബിച്ച ആ സന്ധ്യയ്ക്ക് ഐസക്ക് ചോദിച്ചു.

എന്താണ് മണക്കുന്നതെന്നു തിരിച്ചു ചോദിക്കാൻ പരിഭ്രമം കൊണ്ട് സാധിച്ചില്ല. ഹൃദയമിടിപ്പ് കുതിച്ചുയരുകയായിരുന്നു.

“സോപ്പിന്റെ മണമായിരിക്കും ജെസ്സി ഇപ്പഴാണോ കുളിച്ചേ?”

“അല്ല?”

“വരുമ്പം പൗഡറിട്ടോ?”

“ഇല്ല”

“എങ്കിൽ എണ്ണേടെ മണമായിരിക്കും!”

രണ്ടു കൈകൊണ്ടും മുടി വാരിയെടുത്ത് ഐസക്ക് മുഖത്തോടു ചേർത്തു.

“അല്ലല്ലോ. എങ്കിപിന്നെ എങ്കിപിന്നെ ഇത് ജെസ്സീടെ മണംതന്നായിരിക്കും.”

ഒമ്പതു വർഷം മുമ്പ് ഒരു സന്ധ്യയ്ക്ക് വാഴത്തോപ്പിൽവച്ച് കേട്ട ആ വാക്കുകൾ. സുവോളജി ലാബിൽവച്ച് ഇന്ന് വീണ്ടും കേൾക്കേണ്ടിവന്നിരിക്കുന്നു. എത്ര യാദൃച്ഛികം എത്ര വിചിത്രം.

ഇടനാഴിയുടെ അറ്റത്തെത്തിയപ്പോൾ സിസ്റ്റർ ക്ളെയർ മെല്ലെ തിരിഞ്ഞു നടന്നു.

മൂന്നു മാസം മുമ്പാണ് ശിവമോഹന്റെ ക്ലാസ്സിൽ പഠിപ്പിക്കാൻ തുടങ്ങിയത്. ആദ്യദിവസം തന്നെ അവൻ സിസ്റ്ററിന്റെ ശ്രദ്ധയിൽപ്പെട്ടു.

തിമിംഗലങ്ങളുടെ ആഹാരരീതികളെക്കുറിച്ചുള്ള ക്ലാസ്സായിരുന്നു അത്. എല്ലാവരും ദത്തശ്രദ്ധരായി ക്ലാസ്സ് കേൾക്കുകയും നോട്ടുകൾ കുറിക്കുകയും ചെയ്യുമ്പോൾ പിൻബഞ്ചിൽ ഒരാൾമാത്രം തലകുനിച്ചിരിക്കുന്നുണ്ടായിരുന്നു.

പലവട്ടം സിസ്റ്ററിന്റെ കണ്ണുകൾ അവനിലേക്ക് നീണ്ടുചെന്നു. വെളുത്ത മുഖം നെറ്റിയിലേക്ക് വീണുകിടക്കുന്ന മുടി. നീലവരകളുള്ള ഷർട്ട്.

അവൻ ഈ ലോകത്തെങ്ങുമല്ലെന്ന് മനസ്സിലായപ്പോൾ സിസ്റ്റർ മെല്ലെ

അവന്റെ അടുത്തേക്ക് ചെന്നു മടിയിൽ നിവർത്തിവച്ച ഒരു പുസ്തകം വായിക്കുകയായിരുന്നു അവൻ.

"യൂ സ്റ്റാന്റപ്പ്" സിസ്റ്റർ പറഞ്ഞു.

ഒരു ഞെട്ടലോടവനെഴുന്നേറ്റുനിന്നു. എല്ലാ കണ്ണുകളും അവന്റെ മുഖത്തേയ്ക്ക് നീണ്ടു. പറയത്തക്ക ജാള്യതയൊന്നുമില്ലായിരുന്നു അവന്.

"എന്താ തന്റെ പേര്?"

"ശിവമോഹൻ"

"എന്തെടുക്കുകയായിരുന്നു ശിവമോഹൻ?"

"ഒരു നോവൽ വായിക്കുകയായിരുന്നു സിസ്റ്റർ."

"ഏതു നോവൽ വായിക്കുകയായിരുന്നു സിസ്റ്റർ."

"ഏതു നോവല്?"

ശിവമോഹൻ പുസ്തകമെടുത്ത് നീട്ടി. അല്പവസ്ത്രധാരിയായ ഒരു മദാമ്മ പ്രകോപനപരമായി കൈത്തോക്കു ചൂണ്ടി നിൽക്കുന്ന ചിത്രമാണ് അതിന്റെ പുറംചട്ടയിലുണ്ടായിരുന്നത്.

പുസ്തകം സിസ്റ്റർ വാങ്ങിയില്ല.

"ക്ലാസ്സിലിരുന്നാണോ നോവൽ വായന?"

"സോറി സിസ്റ്റർ.... ഇതൊരു ഡിറ്റക്ടീവ് നോവലാ. എനിക്കാണെങ്കിൽ ഡിറ്റക്ടീവ് നോവലെന്നുവെച്ചാ ജീവനാ. വായിച്ചുതുടങ്ങിയാപ്പിന്നെ മുഴുവൻ തീർക്കാതെ താഴെ വയ്ക്കാൻ പറ്റത്തില്ലെനിക്ക്." നിഷ്കളങ്കഭാവത്തിൽ അവൻ പറഞ്ഞു.

ചിരിയമർത്താൻ പലരും പാടുപെട്ടു.

"ഡോൺട് റിപ്പീറ്റ് ദിസ്. ഞാൻ പഠിപ്പിക്കുമ്പം എന്നെ ശ്രദ്ധിക്കണം. എന്റെ ക്ലാസ്സിൽ വെറെ പരിപാടിയൊന്നും പറ്റത്തില്ല. അണ്ടർസ്റ്റാന്റ്?"

"യെസ് സിസ്റ്റർ." അവൻ തലകുലുക്കി.

അടുത്ത ക്ലാസ്മുതൽ ശിവമോഹൻ പിൻനിരയിൽ നിന്ന് സ്വയം മുൻനിരയിലേക്ക് ഇരിപ്പിടം മാറ്റി. ഡെസ്കിൽ തുറന്നുവച്ച നോട്ടുബുക്കും കയ്യിൽ പേനയുമുണ്ടായിരുന്നെങ്കിലും അവൻ ഒരക്ഷരം പോലും എഴുതുന്നത് സിസ്റ്റർ കണ്ടില്ല.

സിസ്റ്ററിന്റെ മുഖത്തുതന്നെയായിരുന്നു സകലനേരത്തും അവന്റെ കണ്ണുകൾ. അവൻ ഒന്നും കേൾക്കുന്നുണ്ടാവില്ലെന്നും കേൾക്കുന്നുണ്ടെങ്കിൽ തന്നെ മനസ്സിൽ പതിയുന്നുണ്ടാവില്ലെന്നും സിസ്റ്റർക്ക് തോന്നി.

ക്ലാസ്സ് കഴിഞ്ഞ് പോകുമ്പോൾ ശിവമോഹനനെ സിസ്റ്റർ ക്ളെയർ പുറത്തേക്ക് വിളിച്ചു.

"ഇന്ന് ഞാൻ പഠിപ്പിച്ചതു വല്ലതും മനസ്സിലായോ തനിക്ക്?" വരാന്തയിലൂടെ ഒപ്പം നടക്കുമ്പോൾ സിസ്റ്റർ ചോദിച്ചു.

"മനസ്സിലായി."

"എന്തു മനസ്സിലായി?"

അവൻ ഒന്നും പറഞ്ഞില്ല.

"പന്തംകണ്ട പെരുച്ചാഴിയെപ്പോലെ എന്തിനാ ശിവമോഹൻ എന്നെയിങ്ങനെ നോക്കിയിരുന്നേ?"

"സിസ്റ്റർ പറഞ്ഞത് നേരാ. എരിയുന്ന പന്തമാ സിസ്റ്റർ എരിയുന്ന ജ്വാലയുടെ സൗന്ദര്യം കണ്ടിട്ടുണ്ടോ സിസ്റ്റർ?"

സിസ്റ്റർ ക്ളെയർ ഒന്നമ്പരന്നു.

"എവിടാ ശിവമോഹന്റെ വീട്?"

അവൻ പറഞ്ഞത് മനസ്സിലായില്ലെന്ന മട്ടിൽ പെട്ടെന്ന് സിസ്റ്റർ ചോദിച്ചു.

"വയനാട്ടിലാ. ഇവിടെ ഞാൻ ഹോസ്റ്റലിലാ താമസം."

"ഉം പൊയ്ക്കോ."

അവിടെ നിന്ന് രക്ഷപ്പെടുകയായിരുന്നു സിസ്റ്റർ.

എരിയുന്ന ജ്വാലയുടെ സൗന്ദര്യം.....

-കത്തിച്ചുവച്ച മെഴുകുതിരിയുടെ ശോഭയാ ജെസ്സിക്ക്.

ഐസക്കിനെ ഓർമ്മിപ്പിക്കുന്ന എന്തോ ഒന്ന് ശിവമോഹനിലുണ്ട്. ആ സംസാരമോ നെറ്റിയിലേയ്ക്ക് വീണുകിടക്കുന്ന മുടിയോ സ്വപ്നങ്ങൾ മയങ്ങിക്കിടക്കുന്ന കണ്ണുകളോ കിളരമുള്ള മെലിഞ്ഞ ശരീരമോ പാട്ടുകാരന്റേതുപോലെ പ്രത്യേകതയുള്ള ആ സ്വരമോ.....

ഐസക്ക്

എന്തിനാണ് ദൈവമേ അതൊക്കെ ഞാനിപ്പോൾ ഓർമ്മിക്കുന്നത്?

യഹോവേ എന്റെ ന്യായത്തെ നീ കേൾക്കേണമേ. എന്റെ നിലവിളി ശ്രദ്ധിക്കേണമേ. കപടമില്ലാത്ത എന്റെ അധരത്തിൽനിന്നുള്ള എന്റെ പ്രാർത്ഥനയെ ചെവിക്കൊള്ളേണമേ. എനിയ്ക്കുള്ള വിധി നിന്റെ സന്നിധിയിൽനിന്നു പുറപ്പെടട്ടെ.

സിസ്റ്റർ ക്ളെയർ ലൈറ്റണച്ച് ഉറങ്ങാൻ കിടന്നു.

ഒരേ വാഴച്ചുവട്ടിൽ സ്ഥിരമായി ചവിട്ടിമെതിക്കപ്പെട്ട പച്ചപ്പുല്ല് കാണാനിടയായപ്പോഴാണ് അമ്മയ്ക്ക് സംശയം തോന്നിയത്.

അമ്മ കാത്തിരുന്നു. ഒരു സന്ധ്യയ്ക്ക് കയ്യോടെ പിടികൂടുകയും ചെയ്തു.

അമ്മ അലറിവിളിച്ച് ആളെ കൂട്ടിയില്ല. കലിതുള്ളിയില്ല. നിശ്ശബ്ദയായി പിൻമടങ്ങി.

അവൾ പതുങ്ങിപ്പതുങ്ങി തിരിച്ചെത്തിയപ്പോൾ എണ്ണതേച്ച മുടിയുമായി പ്രതിമപോലെ അമ്മ ഉമ്മറത്തിരിപ്പുണ്ടായിരുന്നു.

"എവിടെപ്പോയേക്കുവാരുന്നെടീ നീ?"

അവൾ പതറിപ്പോയി.

"എന്തിനാ ഐസക്ക് നമ്മുടെ വാഴത്തോട്ടത്തിൽ വന്നേ?" നിന്നെ ഞങ്ങൾ സഭയ്ക്ക് നേർന്നേക്കുവല്ലിയോ? നീ ദൈവദാസിയാകാനുള്ളവളാ. അതെന്താ ജെസ്സി നീ മറന്നേ?"

"എനിക്ക് മഠത്തിൽ ചേരാൻ വയ്യാമ്മേ. എന്നെ നിർബന്ധിക്കല്ലേ. അമ്മ

ച്ചിയെപ്പോലെ എനിക്കും ഇങ്ങനെ ജീവിക്കണം. ഐസക്ക് എന്നെ കെട്ടും."

"അപ്പച്ചനിതൊന്നും അറിയണ്ടാ. കൊന്നുകളയും നിന്നെ."

അപ്പച്ചൻ ഒന്നും അറിഞ്ഞില്ല. കെട്ടുവള്ളം നിറയെ കൊപ്രയുമായി മട്ടാഞ്ചേരിക്ക് പോയ അപ്പച്ചൻ മൂന്നാം ദിവസമാണ് തിരിച്ചെത്തിയത്.

പനന്താഴത്തെ പാപ്പച്ചന്റെ മൂത്തമകൾ ജെസ്സി കർത്താവിന്റെ മണവാട്ടിയാകണമെന്നതായിരുന്നു ദൈവനിശ്ചയം. അല്ലെങ്കിൽ മരണം വന്ന് ഐസക്കിനെ കൂട്ടിക്കൊണ്ടുപോകുമായിരുന്നോ?

സിസ്റ്റർ ക്ളെയർ ഒരുവശത്തേക്ക് ചരിഞ്ഞുകിടന്നു. ലൈറ്റണച്ചിട്ടും മുറിയിൽ വെളിച്ചമുണ്ട്. ജനാലയിലൂടെ നിലാവ് കയറിവരുന്നു.

ആറ്റിൽ വള്ളമൂന്നുന്ന ആരോ ഉറക്കമകറ്റാൻ ഉറക്കെ പാടുന്നു. മഞ്ഞു വീണ വാഴയിലകൾ നിലാവേറ്റ് തിളങ്ങുന്നു. തേൻകുടിക്കാൻ ഒരു ഞർക്കീൽ കള്ളനെപ്പോലെ എത്തുന്നു. വിരിഞ്ഞ വാഴക്കൂമ്പിന്റെ ഗന്ധം ഇളംകാറ്റിൽ പരക്കുന്നു.

സിസ്റ്റർ മരിയാന്ന ക്ളെയർ തിരിഞ്ഞും മറിഞ്ഞും കിടന്നു.

എന്റെ ദൈവമേ, എന്റെ ദൈവമേ, നീയെന്നെ കൈവിടുന്നതെന്ത്?

മൂന്ന്

ആദിയോ അന്തമോ ഇല്ലാത്ത ഏതോ ഒരു സ്വപ്നത്തിന്റെ മൂടൽമഞ്ഞിലൂടെ ഉഴറി നടക്കുകയായിരുന്നു സിസ്റ്റർ മരിയാന്ന ക്ളെയർ.

വതിലിൽ ആരോ മുട്ടുന്നതും മൃദുവായി തന്റെ പേരു വിളിക്കുന്നതും കേട്ടുകൊണ്ടാണ് സിസ്റ്റർ ആ സ്വപ്നത്തിൽനിന്നുണർന്നത്.

പുറത്ത് അപ്പോഴും പ്രഭാതമായിരുന്നില്ല.

സ്ഥലകാലബോധമുണ്ടാവാൻ ഒരു നിമിഷമെടുത്തു. സിസ്റ്റർ സാവധാനമെഴുന്നേറ്റ് വസ്ത്രങ്ങൾ നേരെയാക്കിയിട്ട് ചെന്ന് വാതിൽ തുറന്നു.

വാതിലിനു വെളിയിൽ സിസ്റ്റർ എമ്മ പുഞ്ചിരിയോടെ നിൽക്കുന്നുണ്ടായിരുന്നു.

"എന്നും രാവിലെ എന്നെ വന്നു വിളിക്കുന്നത് സിസ്റ്ററല്ലെ. ഇന്നെന്തു പറ്റിയെന്നറിയാതെ വിചാരപ്പെടുകയായിരുന്നു ഞാൻ. സമയമെത്രയായെന്നമറിയാമോ? അഞ്ചേകാൽ."

സിസ്റ്റർ എമ്മ തന്റെ വെള്ളിപ്പല്ലുകൾ കാട്ടിച്ചിരിച്ചു.

"ഞാൻ അറിയാതങ്ങുറങ്ങിപ്പോയി."

സിസ്റ്റർ ക്ളെയർ കുറ്റബോധത്തോടെ പറഞ്ഞു.

"രാത്രി വൈകിയാ കിടന്നേ അല്ല്യോ? കോളേജിൽ പഠിപ്പിക്കണമെങ്കിൽ ഒരുപാടു വായിക്കാതെ പറ്റുമോ. അതുകൊണ്ടാ ഞാനപ്പണി വേണ്ടാന്ന് വച്ചത്."

ഡിഗ്രി കഴിഞ്ഞപ്പോൾ സിസ്റ്റർ എമ്മ സഹകരണത്തിൽ ഡിപ്ളോമയെടുത്തു. ഇപ്പോൾ കോളേജിലെ കോ ഓപ്പറേറ്റീവ് സൊസൈറ്റിയുടെ സെക്രട്ടറിയാണ്.

അഞ്ചരയ്ക്കാണ് പ്രഭാതപ്രാർത്ഥന. ഇനി കഷ്ടിച്ച് പതിനഞ്ചു മിനിറ്റ് മാത്രം.

വേഗം ദേഹശുദ്ധി വരുത്തി സിസ്റ്റർ ക്ളെയർ പ്രെയർഹാളിലേക്ക് ചെന്നു. അന്തേവാസിനികളായ പെൺകുട്ടികൾ നിലത്ത് മുട്ടുകുത്തി നിൽക്കുന്നുണ്ടായിരുന്നു. രൂപക്കൂടിനു ചുവട്ടിൽ ഒരു ചുവന്ന മെഴുകുതിരി ആർദ്രമായി കത്തുന്നു.

മദർ റോസലിൻ അല്പനേരംകൂടി കഴിഞ്ഞാണ് എത്തിയത്. വിസിറ്റേഴ്സ് റൂമിലെ ക്ളോക്കിൽ അപ്പോൾ മണി അഞ്ചരയടിച്ചു.

മദർ തന്റെ കട്ടിച്ചില്ലുള്ള കണ്ണടയിലൂടെ ഹാളിലുണ്ടായിരുന്ന അല്ലാവരെയും ഒന്ന് ഉഴിഞ്ഞു നോക്കി. എക്സ്റേ കണ്ണുകളാണ് മദറിന്റേതെന്ന് സിസ്റ്റർ കാതറിൻ കളിയായി പറയാറുണ്ട്. മദർ ഒന്നും കാണാതെ പോവില്ല. ഇല്ലാത്തത് കണ്ടുപിടിക്കുകയും ചെയ്യും.

“സിസ്റ്റർ ഏഞ്ചല എവിടെ?” ആരോടെന്നില്ലാതെ മദർ ചോദിച്ചു.

ആ നിമിഷത്തിലാണ് സിസ്റ്റർ ഏഞ്ചല പ്രയർ ഹാളിന്റെ വാതിലിനടുത്ത് പ്രത്യക്ഷപ്പെട്ടത്. താനല്പം വൈകിപ്പോയി എന്ന ക്ഷമാപണഭാവത്തോടെ സിസ്റ്റർ ഏഞ്ചല വന്ന് സിസ്റ്റർ ക്ളെയറിന്റെ സമീപത്ത് നിന്നു.

പതിവുപോലെ പതിനഞ്ചു മിനിറ്റോളം നീണ്ട പ്രഭാതപ്രാർത്ഥന.

പ്രാർത്ഥനാവേളയിൽ കണ്ണുകളടയ്ക്കാത്ത നേരത്തൊക്കെ ചുവന്ന മെഴുകുതിരിയുടെ മഞ്ഞ ദീപനാളത്തിലാണ് സിസ്റ്റർ ക്ളെയർ ശ്രദ്ധ കേന്ദ്രീകരിച്ചത്.

ഒന്നിനു പകരം രണ്ടു മെഴുകുതിരികളാണ് ആദ്യം സിസ്റ്റർ ക്ളെയർ കണ്ടത്. രണ്ട് നാളങ്ങളും പിന്നെ രണ്ടും തമ്മിൽ ചേർന്ന് ഒന്നായി. ഒടുവിൽ മെഴുകുതിരി കണ്ണിൽനിന്നും മറഞ്ഞു. ശേഷിച്ചത് മഞ്ഞജ്വാലമാത്രം.

മുൾക്കിരീടം ചൂടി കുരിശിൽ കിടക്കുന്ന ക്രിസ്തു ദൃഷ്ടിയിലില്ല. രൂപക്കൂടില്ല. പിന്നിലെ ഭിത്തിയില്ല. നീലവരയിട്ട ജനാലകളില്ല. പ്രാർത്ഥനാഹാളില്ല.

മഞ്ഞജ്വാലമാത്രം

ജ്വാലയുടെ മഞ്ഞ മാത്രം.

ധ്യാനത്തെ ഏകാഗ്രതയുടെ സൂചിമുനയിലേയ്ക്ക് ആവാഹിച്ചുകൊണ്ടുവരാൻ പഠിപ്പിച്ചത് മംഗലാപുരത്തുകാരി മേരിപോൾ റോമാരിയോ ആണ്.

സിസ്റ്റർ ക്ളെയർ എം.എസ്.സി യ്ക്ക് പഠിക്കുമ്പോൾ വൈ.ഡബ്ലിയൂ. സി.എ ഹോസ്റ്റലിൽ തൊട്ടുടഞ്ഞ മുറിയിലെ താമസക്കാരിയായിരുന്നു മേരി. അവളന്ന് യൂണിവേഴ്സിറ്റി ഡിപ്പാർട്ടുമെന്റിൽ സൈക്കോളജിയിൽ റിസർച്ച് ചെയ്യുന്നു.

ന്യൂജേഴ്സിയിൽ സൈക്കോ അനലിസ്റ്റാണ് ഇപ്പോൾ മേരി. അവസാനം കിട്ടിയ കത്തിൽ അവളിങ്ങനെ എഴുതിയിരുന്നു.....ഞാനിപ്പോൾ

മൈക്കൽ ഡഗ്ലസ് എന്ന പെയിന്ററോടൊപ്പം അദ്ദേഹത്തിന്റെ മനോഹരമായ വില്ലയിലാണ് താമസം. സിസ്റ്റർ ഞെട്ടരുത്... എന്റെ ഇരട്ടിയിലധികം പ്രായമുണ്ട് മൈക്കിലിന് വയസ്സ് അമ്പത്തിനാല്....

മൈക്ക് എനിക്കൊരേസമയം കാമുകനും പിതാവുമാണ് സിസ്റ്ററെ. വി. ഷെയർ ബ്യൂട്ടിഫുൾ റിലേഷൻഷിപ്പ്....മധ്യവയസ്സുകഴിഞ്ഞ പുരുഷന്മാരിലുള്ള എന്റെ ഹരം ഇതുവരെ കുറഞ്ഞിട്ടില്ല എന്നോർത്ത് സിസ്റ്റർ അത്ഭുതപ്പെടുന്നുണ്ടാവും.

പ്രാർത്ഥന അവസാനിച്ചത് സിസ്റ്റർ ക്ളെയർ അറിഞ്ഞില്ല. എല്ലാവരും ഹാൾ വിട്ട് പോകാൻ തുടങ്ങിയപ്പോൾ സിസ്റ്റർ ഒരു ഞെട്ടലോടെ കിരിശു വരച്ചു.

മുറിയിലെത്തിയപ്പോൾ ചെറിയ ഡയറിയെടുത്ത് സിസ്റ്റർ അന്നത്തെ ടൈംടേബിൾ നോക്കി: അന്ന് മൂന്നു ക്ലാസ്സുകളുണ്ട്. രണ്ടാമത്തെ പീരിഡ് എം.എസ്.സി. ഒന്നാം വർഷക്കാർക്ക് മൂന്നാമത്തെ പീരീഡ് എം.എസ്. സി. രണ്ടാം വർഷക്കാർക്ക്. മൂന്നാമത്തെ പീരിഡ് ഫൈനൽ ബി.എസ്.സിയ്ക്കാണ്.

ശിവമോഹന്റെ ക്ലാസ്സാണത്.

പെട്ടെന്ന് സിസ്റ്റർ ക്ളെയറിന്റെ മനസ്സു മടുത്തു. ഊറ്റിക്കുടിക്കുന്ന നോട്ടമല്ല കണ്ണുകൾകൊണ്ട് തഴുകുകയാണ് അവൻ.

"കുട്ടിക്കാലത്ത് നമുക്ക് കിട്ടാതെപോയ ചില സൗഭാഗ്യങ്ങളെക്കുറിച്ചുള്ള നഷ്ടബോധമുണ്ടല്ലോ സിസ്റ്ററേ, ഡീപ് ഇൻ അവർ ഹാർട്ട്. അവ മുറിവുണങ്ങാതെ കിടക്കും. അറിയാമോ ബോധമുദിച്ചുവരുന്ന പ്രായത്തിൽ കുട്ടിക്ക് അവന്റെ പിതാവാണ് ആദർശപുരുഷൻ. മാതാവാണ് ആരാധനാപാത്രം. രണ്ടുപേരുടെയും നന്മതിന്മകൾ ഒപ്പുകടലാസ്സുപോലെ അവന്റെ മനസ്സ് പതിച്ചെടുക്കും." ആകാശത്തിലേയ്ക്ക് നോക്കിക്കൊണ്ടാണ് മേരി അത് പറഞ്ഞത്.

ഗവേഷണവിദ്യാർത്ഥികൾ നടത്തിയ ഒരു പാർട്ടിയിൽ പങ്കെടുത്ത ശേഷം ഹോസ്റ്റലിൽ വന്ന് അപ്പോഴും ചൂടു നഷ്ടപ്പെട്ടിട്ടില്ലാത്ത ടെറസ്സിൽ സന്ധ്യയ്ക്ക് മലർന്നു കിടക്കുകയായിരുന്നു അവൾ. കേൾവിക്കാരിയായി സിസ്റ്റർ മാത്രം.

"ക്ഷോഭിക്കുന്ന യൗവ്വനം മിക്കപ്പോഴും ഊർജ്ജം നേടുന്നത്, കുട്ടിക്കാലത്തേക്ക് നീളുന്ന വേരുകളിൽക്കൂടിയാവും."

മേരി മദ്യപിച്ചിട്ടുണ്ടായിരുന്നു. വെറും ബിയർ മാത്രമേ കഴിച്ചുള്ളു എന്നാണ് പക്ഷേ അവൾ പറഞ്ഞത്. ഇറുകിക്കിടക്കുന്ന ജീൻസിൽ സിഗരറ്റിൽ നിന്നും പാറിവീണ തീപ്പൊരി ചെറിയ ദ്വാരമുണ്ടാക്കിയിരുന്നു. അയഞ്ഞ ടീ ഷർട്ടാണ് ധരിച്ചിരുന്നതെങ്കിലും അവളുടെ മാറിടങ്ങളുടെ മുഴുപ്പ് അതൊട്ടും മറച്ചിരുന്നില്ല.

മേരിയെപ്പോലൊരു പെണ്ണിനോട് എങ്ങനെ തനിക്ക് ചങ്ങാത്തം കൂടാൻ സാധിച്ചു എന്നോർത്ത് സിസ്റ്റർ ക്ളെയർ പിന്നീട് അത്ഭുതപ്പെട്ടി

ട്ടുണ്ട്.

ഒരു പക്ഷേ ചാരം മൂടിയ കനൽപോലെ ജെസ്സിയെന്ന പെണ്ണ് മനസ്സിലപ്പോഴും....

"സിസ്റ്ററിന് എത്ര ജോഡി കുപ്പായമുണ്ട്?" ഒരു ദിവസം മേരി ചോദിച്ചു.

"ഒമ്പത്"

"അപ്പോൾ ഒരെണ്ണം ഒരു ദിവസത്തേക്കെനിക്ക് കടം തരാം അല്ലേ?"

"എന്തിനാ മേരീ?"

"ഒരു നാടകത്തിൽ കന്യാസ്ത്രീയുടെ വേഷം കെട്ടാൻ ക്ഷണം കിട്ടിയിട്ടുണ്ട്. അഭ്യർത്ഥന തള്ളിക്കളയാൻ തോന്നുന്നില്ല സിസ്റ്ററെ." അവൾ പറഞ്ഞു.

"എന്നാണ് വേണ്ടത്?"

"അടുത്താഴ്ച."

അവരുടെ ഡിപ്പാർട്ടുമെന്റിൽ ഏതോ ആഘോഷപരിപാടികൾക്കുള്ള തയ്യാറെടുപ്പുകൾ നടക്കുന്നുണ്ടായിരുന്നു. അതിനുവേണ്ടിയായിരിക്കും എന്നാണ് സിസ്റ്റർ വിചാരിച്ചത്.

ആ ആഴ്ചാവസാനം മേരിയെ കൂട്ടിക്കൊണ്ടു പോകാൻ അവളുടെ അങ്കിൾ വന്നു. മാസത്തിലൊരിക്കൽ അവളെ കൊണ്ടുപോകാൻ അദ്ദേഹം വരുമായിരുന്നു. ചുവപ്പുനിറമുള്ള ആ വലിയ കാറ് ഗേറ്റുകടന്നു വരുന്നതുകാണുമ്പോഴെ കൊച്ചുകുട്ടിയെപ്പോലെ അവൾ ഓടിയിറങ്ങിച്ചെല്ലുമായിരുന്നു.

ഒരിക്കൽ അങ്കിളിനെ മേരി പരിചയപ്പെടുത്തിത്തന്നിരുന്നു.

"ഇത് ആൽബർട്ട് അങ്കിൾ. എന്റെ മമ്മീടെ നേരെ മൂത്ത ആങ്ങള. മംഗലാപുരത്ത് ബിസ്സിനസ്സ് ചെയ്യുന്നു. ചെറിയതോതിൽ എക്സ്പോർട്ടറാ. കയറ്റി അയയ്ക്കുന്നത് ഒന്നാന്തരം മത്സ്യം."

ആൽബർട്ട് അങ്കിൾ ചിരിച്ചു.

"ഇത് സിസ്റ്റർ മരിയാന്നാ ക്ളെയർ. ഇവിടെ എം.എസ്.സിയ്ക്ക് പഠിക്കുന്നു. എന്റെ ഫ്രണ്ടാ." സിസ്റ്ററിനെയും മേരി, അങ്കിളിന് പരിചയപ്പെടുത്തിക്കൊടുത്തു.

മേരിയുടെ അതേ നിറമായിരുന്നു ആൽബർട്ട് അങ്കിളിനും. അതേ വട്ടമുഖവും. ഇരുവശത്തും ചെവിക്കുമീതെ നരച്ചിരുന്നു. ആ നര ഒരു ഭംഗിയായിരുന്നു.

മേരിക്ക് നാലു വയസ്സുള്ളപ്പോൾ അവളുടെ പപ്പ അവളെ ഉപേക്ഷിച്ച് പോയതാണ്. വിവാഹമോചനം നേടി പപ്പ വേറെ കെട്ടി.

മെഴുകുതിരിനാളത്തിൽ ദൃഷ്ടികളുറപ്പിച്ച് മനസ്സിനെ ഏകാഗ്രമാക്കുന്ന വിദ്യ പഠിപ്പിച്ചുതന്ന ആ രാത്രിയിലാണ് മേരി പഴയ കഥകളെല്ലാം പറഞ്ഞത്.

"എല്ലാം മമ്മീടെ കുഴപ്പം കൊണ്ടായിരുന്നു സിസ്റ്ററെ. എന്റെ മമ്മിയെ

സിസ്റ്റർ കണ്ടിട്ടില്ലല്ലോ. ഇന്നും മമ്മി നന്നായി ഒരുങ്ങിയിറങ്ങി സായാഹ്ന സവാരിക്കുപോയാൽ കഴുത്തു വേദനിക്കുന്നതുവരെ പുരുഷന്മാർ തിരിഞ്ഞു തിരിഞ്ഞു നോക്കും. അപ്പോൾപ്പിന്നെ ചെറുപ്പകാലത്ത് എന്താ യിരുന്നു സൗന്ദര്യമെന്ന് പറയേണ്ടല്ലോ.

യൗവനം മമ്മിക്കൊരു ഉത്സവമായിരുന്നു. വിവാഹത്തിനു മുമ്പും പിൻപും....ഷീവാസ് ഫോണ്ട് ഓഫ് ലീഡിങ് എ പ്രോമിസ്ക്വസ് ലൈഫ്.... ആഴം കുറഞ്ഞ ബന്ധങ്ങൾ.....പല കാമുകന്മാർ.....പപ്പ പിരിഞ്ഞുപോ കാൻ അതായിരുന്നു കാരണം.”

മറ്റാരുടെയോ ജീവിതത്തെക്കുറിച്ച് പറയുന്നത്ര നിർവികാരതയോടെ യാണ് മേരി അതെല്ലാം പറഞ്ഞത്.

“കളിക്കാർ വിലപിടിപ്പുള്ള കളിപ്പാട്ടങ്ങൾ.....കെട്ടിപ്പിടിച്ചുറങ്ങാൻ വലിയ പാവ.....രാത്രിയിൽ ഞെട്ടിയുണരുമ്പോൾ അടുത്ത മുറിയിൽ. ചില്ലു ഗ്ലാസ്സ് വീണുടയുന്നതുപോലുള്ള ചിരി....സ്റ്റാർട്ടാകുന്ന കാറുകൾ....കുഞ്ഞി ക്കവിളിൽ വിസ്കിയുടെ മണമുള്ള ഉമ്മകൾ.....മമ്മി എനിക്ക് എല്ലാം തന്നു. പപ്പയെ ഒഴിച്ച്. പിന്നെ വളരെ കഴിഞ്ഞാണ് ആൽബർട്ട് അങ്കിൾ ഞങ്ങ ളുടെ സംരക്ഷണച്ചുമതല ഏറ്റെടുത്തത്. അപ്പോഴേക്കും ഞാനൊരു കൊച്ചു സുന്ദരിയായി വളർന്നുകഴിഞ്ഞിരുന്നു.

കിട്ടാതെപോയ പപ്പയുടെ സ്നേഹമാണോ അവളിപ്പോഴും പ്രായം കൂടിയ പുരുഷന്മാരിൽ തെരയുന്നത്?

ആൽബർട്ട് അങ്കിളിനോടൊപ്പം വീട്ടിലേക്ക് പോയ മേരി മൂന്നാം പക്ക മാണ് മടങ്ങിയത്.

അന്നു രാത്രിയിൽ സിസ്റ്റർ ക്ളെയറിന്റെ വാതിലിൽ ആരോ മുട്ടിവി ളിച്ചു. കതകുതുറന്നു നോക്കിയപ്പോൾ ഇടനാഴിയുടെ വിജനതയിൽ സുന്ദ രിയായ ഒരു കന്യാസ്ത്രീ നിൽക്കുന്നുണ്ടായിരുന്നു. അത് മേരിയായിരു ന്നു.

അവൾ പുഞ്ചിരിയോടെ മുറിയിലേയ്ക്ക് കയറി വന്നു.

“എനിക്കീ വേഷം നന്നായി ചേരുന്നുണ്ട് അല്ലേ സിസ്റ്റർ? എന്നെക്ക ണ്ടാൽ അസ്സൽ കന്യാസ്ത്രീയാണെന്ന് തോന്നുമെന്നാ അങ്കിൾ പറ ഞ്ഞത്.”

എവിടെയോ എന്തോ പന്തികേടുണ്ടെന്ന് സിസ്റ്റർ ക്ളെയറിനു തോന്നി.?

“നാടകത്തിനുവേണ്ടിയൊന്നുമല്ലാരുന്നു സിസ്റ്ററേ.....അതുകൊണ്ടാ ഞാൻ പിന്നെ സിസ്റ്ററിന്റെ കുപ്പായം ചോദിക്കാഞ്ഞത്. ഇത്തവണ ഈ കുപ്പായം കൊണ്ടാ അങ്കിൾ വന്നത്. അങ്കിളിന്റെ ഒരോ ഭ്രാന്ത്.....അ ല്ലാതെന്തു പറയാനാ?”

മേരി കിടക്കയിൽ കമിഴ്ന്നു കിടന്ന് അടക്കിച്ചിരിച്ചു. അവളുടെ ശിരോ വസ്ത്രം ഊർന്ന് താഴേയ്ക്ക് വീണു.

പെട്ടെന്നവൾ മലർന്നു കിടന്നു സിസ്റ്റർ ക്ളെയറിനെ നോക്കി. അവ

ളുടെ ചിരി മാഞ്ഞിരുന്നു. കണ്ണുകളിൽ നീർ പൊടിഞ്ഞിരുന്നു.

"സിസ്റ്റർ എന്നെക്കുറിച്ച് എന്തുവിചാരിച്ചാലും ഞാനിനി ഒരു സത്യം പറയാം. അങ്കിൾ ആൽബർട്ട് എന്റെ അങ്കിളല്ല. ഞാൻ ആവശ്യപ്പെടുമ്പോഴൊക്കെ എനിക്ക് പണം തരുന്ന ഉദാരമനസ്കൻ മാത്രമാണ്. പോരാ....എന്റെ മമ്മിയുടെ പഴയ പരിചയക്കാരനുമാണ്."

പ്രക്ഷുബ്ധമായ യൗവ്വനത്തെക്കുറിച്ച് മേരി പറഞ്ഞിട്ടുള്ള തത്വങ്ങൾ പുസ്തകത്താളുകളിൽ നിന്ന് അവൾ വായിച്ചറിഞ്ഞ വിജ്ഞാനമാവില്ല. സ്വന്തം ജീവിതത്തിന്റെ ഏടുകളിൽനിന്ന് അവൾ കണ്ടെടുത്ത അനുഭവങ്ങളാവണം.

അതൃപ്തി നിറഞ്ഞ ഒരു ബാല്യകാലത്തിന്റെ ഉടമയായിരിക്കുമോ ശിവമോഹനനും? അച്ഛനുപേക്ഷിച്ച മകനായിരിക്കുമോ? അമ്മയെ വെറുത്ത കുഞ്ഞായിരിക്കുമോ?

എന്തായാലും ഒരു സാധാരണ ആൺകുട്ടികളൊന്നും ഒരു കന്യാസ്ത്രീയോട് ഇങ്ങനെയൊന്നും പെരുമാറുകയില്ല.

ഏകാകിയായ ഒരു കുട്ടിയാണിവൻ. തീർച്ച. അവന് അടുത്ത സുഹൃത്തുകളുള്ളതായി കണ്ടിട്ടില്ല. സ്വപ്നജീവിയുടെ മട്ടാണ് എപ്പോഴും അവന്.

പത്തുമണിയാകാൻ പത്തു മിനിട്ടുള്ളപ്പോഴാണ് സിസ്റ്റർ ക്ളെയർ കോളേജിലേയ്ക്ക് പോകാനിറങ്ങിയത്. ആദ്യത്തെ പിരീഡ് ക്ലാസ്സില്ലാത്ത ദിവസങ്ങളിൽ ആ നേരത്താണിറങ്ങുന്നത്. അല്ലാത്ത ദിവസങ്ങളിൽ ഒൻപതരയ്ക്ക്.

അഞ്ചു മിനിറ്റ് നടക്കണ്ടേ കോളേജിലെത്താൻ.

ഡിപ്പാർട്ടുമെന്റിൽ ചെന്ന് അറ്റന്റൻസ് രജിസ്റ്ററിൽ ഒപ്പിട്ടു കഴിഞ്ഞപ്പോഴേക്കും സെക്കന്റ് ബെല്ലടിച്ചു. ടീച്ചേഴ്സെല്ലാവരും ക്ലാസ്സുകളിലേക്ക് പോയിക്കഴിഞ്ഞപ്പോൾ സ്റ്റാഫ് റൂമിൽ സിസ്റ്റർ ക്ളെയർ തനിച്ചായി.

ഒന്നാം വർഷ എം.എസ്.സി ക്കാരെ പഠിപ്പിക്കാനുള്ള ഭാഗം വെറുതെ മറിച്ചു നോക്കിക്കൊണ്ടിരിക്കുമ്പോഴാണ് ആരോ വാതിലിനടുത്തു വന്ന് എത്തി നോക്കിയതുപോലെ സിസ്റ്ററിന് തോന്നിയത്.

വീണ്ടും ഒന്നു രണ്ടു തവണ കൂടി ഒരു തലവെട്ടം കണ്ടപ്പോൾ സിസ്റ്റർ ശബ്ദമുണ്ടാക്കാതെ എഴുന്നേറ്റ് പുറത്തേക്ക് ചെന്നു.

പുറത്ത് വാതിലിനടുത്ത് ഭിത്തിയിൽ ചാരി ശിവമോഹൻ നിൽക്കുന്നുണ്ടായിരുന്നു.

"എന്താ ശിവമോഹൻ?" ആശ്ചര്യത്തോടെ സിസ്റ്റർ ചോദിച്ചു.

"ഒന്നുമില്ല...." അവൻ നിന്നു പരുങ്ങി.

"ക്ലാസ്സില്ലേ?"

"ഉണ്ട്."

"പിന്നെന്താ ഇവിടെ വന്ന് നിൽക്കുന്നെ?"

അവൻ ഒന്നും പറഞ്ഞില്ല.

"ക്ലാസ്സിൽ പോകൂ." സിസ്റ്റർ പറഞ്ഞു.

അനുസരണയോടെ അവൻ തിരിഞ്ഞുനടന്നു. അവൻ ക്ലാസ്സിൽ ചെന്നു കയറുന്നതുവരെ സിസ്റ്റർ നോക്കി നിന്നു.

ഒരു നെടുവീർപ്പോടെ സിസ്റ്റർ ക്ളെയർ സ്റ്റാഫ് റൂമിലേക്കു കയറി.

എവിടെയോ എന്തോ കുഴപ്പമുണ്ട്.

എന്താണ് കുഴപ്പം? എവിടെയാണ് കുഴപ്പം?

പുസ്തകം വീണ്ടും തുറന്നെങ്കിലും മനസ്സ്.....കൈവിട്ടുപോവുകയായിരുന്നു.

മനസ്സിനെ ഏകാഗ്രമാക്കാൻ മേരി പഠിപ്പിച്ചുതന്ന വിദ്യ കൂടുതൽ പരിശീലിക്കണം. ഇന്നുതന്നെ.

നാല്

രണ്ടാം വർഷ ബി.എസ്സിക്കാരെ സസ്തനികളുടെ ഭ്രൂണവളർച്ച് പഠിപ്പിച്ചുകൊണ്ടിരുന്നപ്പോഴാണ് ബെല്ലടിച്ചത്. മൂന്നാമത്തെ പീരീടായിരുന്നു അത്. സിസ്റ്റർ മരിയാന്നാ ക്ളെയർ വാച്ചിൽ നോക്കി. മണി ഒന്ന്.

ബോർഡിൽ വരച്ച ചിത്രം ഡസ്റ്ററെടുത്ത് മായ്ച്ചുകളഞ്ഞിട്ടാണ് സിസ്റ്റർ ക്ളാസിൽനിന്നിറങ്ങിയത്.

വിലുകളിൽ പൗഡറിട്ടതുപോലെ ചോക്കുപൊടി.

സ്റ്റാഫ്റൂമിൽ ചെന്നപ്പോൾ തോമസ് മാത്യു സാറും സെക്കന്റ് എം. എസ്സിയിലെ ഷീലാ ചെറിയാനും മാത്രമുണ്ട്. തോമസ് മാത്യുവിന്റെ മേശയുടെയടുത്ത് മുഖംകുനിച്ച് നിൽക്കുകയാണ് ഷീല.

സിസ്റ്റർ ക്ളെയർ ചെല്ലുന്നതുകണ്ട് ഷീല തലയുയർത്തി നോക്കി. അവളുടെ ഇരു കണ്ണുകളും നിറഞ്ഞുതുളുമ്പി നിൽക്കുകയായിരുന്നു. തോമസ് മാത്യുവിന്റെ മുഖം വിളറിവെളുത്തിരുന്നു.

എന്തോ പന്തികേടുണ്ടെന്ന് സിസ്റ്റർക്ക് തോന്നി. അതുകാരണം കസേരയിലിരിക്കാതെ നേരെ വാഷ്ബേസിനടുത്തേക്ക് ചെന്ന് കൈ കഴുകി. സ്റ്റാഫ് റൂമിന്റെ അകത്തേ മൂലയിലായിരുന്നു വാഷ്ബേസിൻ.

"ഷീല ഇപ്പോൾ പോകൂ. നമുക്ക് പിന്നെ സംസാരിക്കാം." തോമസ് മാത്യു ശബ്ദം താഴ്ത്തി പറയുന്നു.

ഷീല ഒരു തേങ്ങൽ അമർത്തുന്നു.

"ആരെങ്കിലും കണ്ടാൽ സംശയിക്കും....ഞാൻ പറയുന്നതനുസരിക്ക്." തോമസ് മാത്യു വീണ്ടും പറയുന്നു.

"പപ്പ വരുമ്പം ഞാനെന്തു പറയും?" അവൾ ചോദിക്കുന്നു.

"പപ്പയോട് ഞാൻ സംസാരിക്കാം."

"മുൻകോപിയാ...പപ്പയെന്നെ കൊല്ലും."

"ഷീലയെ ആരുമൊന്നും ചെയ്യത്തില്ല. ഷീലയിപ്പം ഹോസ്റ്റലിലേക്ക് പോ...ഞാൻ പറയുന്നത് കേൾക്ക്."

വിരലുകളിൽ സോപ്പു പുരട്ടി സിസ്റ്റർ ക്ളെയർ ധാരാളം വെള്ളത്തിൽ

കൈ കഴുകി. തിരിഞ്ഞു നോക്കിയില്ലെങ്കിലും ഷീല പോകാതെ നിൽക്കുകയാണെന്ന് സിസ്റ്ററിന് മനസ്സിലായി.

തോമസ് മാത്യു എഴുന്നേറ്റ് കസേര പിന്നിലേക്ക് വലിക്കുന്നു. സ്റ്റാഫ് റൂമിൽ നിന്ന് ഇറങ്ങിപ്പോകുന്നു.

സിസ്റ്റർ ക്ളെയർ തലയൊന്നു തിരിച്ചുനോക്കി. തോമസ് മാത്യുവിനെ കാണാനില്ല. എന്തു ചെയ്യണമെന്നറിയാതെ അവിടെത്തന്നെ നിൽക്കുകയാണ് ഷീലാ ചെറിയാൻ.

സെക്കന്റ് എം.എസ്.സി ക്ലാസ്സിലെ ഏറ്റവും സമർത്ഥയായ കുട്ടിയാണ് ഷീല. ഏറ്റവും സുന്ദരിയായ വിദ്യാർത്ഥിനിയും. മുണ്ടക്കയത്ത് പ്ളാന്ററാണ് പപ്പ. അവൾ ഇവിടെ ഹോസ്റ്റലിൽ താമസിക്കുന്നു.

തോമസ് മാത്യുവും ഷീലാ ചെറിയാനും തമ്മിൽ എന്താണൊരു....

സിസ്റ്റർ നോക്കുന്നതു കണ്ട് ഷീല കണ്ണുളൊപ്പിക്കൊണ്ട് വേഗം സ്റ്റാഫ് റൂമിൽനിന്നിറങ്ങിപ്പോയി.

ഒരു രഹസ്യത്തിന് ദൃക്സാക്ഷിയായതുപോലെ സിസ്റ്റർ ക്ളെയറിന്റെ ഹൃദയത്തിൽ ഒരു ഭാരം വന്നു നിറഞ്ഞു. ചെറുപ്പക്കാരനാണ് തോമസ് മാത്യു. ഭാര്യ മരിച്ചതിനുശേഷം കോളജിനടുത്തുള്ള ഒരു വാടകവീട്ടിൽ തനിച്ചാണ് താമസം.

ആരുമറിയാതെ എന്തോ ചിലതൊക്കെ സംഭവിക്കുന്നുണ്ട്.

ആരുമറിയാതെ....

“നമ്മളീച്ചെയ്യുന്നത് തെറ്റല്ലേ ഐസക്കേ?”

കിതപ്പിനിടയിൽ അവൾ ചോദിച്ചു.

“തെറ്റൊന്നൊന്നില്ല ജെസ്സീ. അതോർത്ത് നീ വിഷമിക്കണ്ട്.”

ഒരു വവ്വാൽ വന്ന് ശബ്ദത്തോടെ വാഴക്കയ്യിലേക്ക് വീണു. അവൾ ഒന്നു ഞെട്ടി.

“തെറ്റാ....എനിക്കറിയാം. ഇനി ഞാൻ വരത്തില്ല. ഇതു വല്ലോം അപ്പച്ചനറിഞ്ഞാ എന്നെ കൊന്നു കളയും.”

അപ്പറഞ്ഞത് ശരിയാ. ആരെങ്കിലുമറിഞ്ഞാൽ പുകിലാകും. ആരും അറിയാതിരുന്നാൽ കുഴപ്പമില്ല.”

അയാൾ അവളുടെ മുഖത്തേക്ക് ഉറ്റുനോക്കി. അവളുടെ മേൽച്ചുണ്ടിന്റെ ഇടതുകോണിൽ ഒരു മറുകുണ്ടായിരുന്നു. നേർത്ത ഇരുട്ടിൽ അയാൾക്ക് കാണാൻ കഴിഞ്ഞില്ല. എങ്കിലും മറുകുള്ള ആ ഭാഗത്ത് അയാൾ മുഖമമർത്തി. അവളുടെ ചുണ്ടുകൾക്ക് വാഴപ്പൂവിന്റെ മണമായിരുന്നു.

“ഇതാ ഞാൻ പറഞ്ഞത്....ഞാനിനി വരത്തില്ല. വന്നാൽ ഐസക്ക് ഇതുപോലെ....”

ജെസ്സിയെന്തിനാ പേടിക്കുന്നെ? ഞാൻ നിന്നെ സ്നേഹിക്കുന്നു. നീ എന്നെ സ്നേഹിക്കുന്നു. സമയം ഒത്തുവരുമ്പോൾ ഞാൻ നിന്നെ കെട്ടുകയും ചെയ്യും. പിന്നെന്താ?”

"എന്നാലും ആരെങ്കിലുമറിഞ്ഞാൽ..."

ഐസക്ക് ചിരിച്ചു.

"ലോകത്തിൽ തെറ്റ് എന്നൊന്നില്ല. ജെസ്സീ. ചില കാര്യങ്ങൾ മറ്റുള്ളവരറിയുമ്പോൾ തെറ്റാകുന്നു. അറിയാത്തിടത്തോളം കാലം അത് തെറ്റല്ല."

ആരും അറിയാത്തിടത്തോളം കാലം തെറ്റ് തെറ്റാകുന്നില്ല. തെറ്റിന് ശിക്ഷയുമില്ല.

ഐസക്കിന് കിട്ടിയ മരണം എന്തിന്റെ ശിക്ഷയായിരുന്നു?

വെള്ളക്കുപ്പായത്തിൽ പൊതിയപ്പെട്ട ഈ ജീവിതമോ?

ആലോചിച്ചുനടന്നതു കാരണം ഉച്ചവെയിലിന്റെ കാഠിന്യം സിസ്റ്റർ ക്ളെയർ അറിഞ്ഞില്ല. കോൺവെന്റിന്റെ ഗേറ്റു കടന്ന് ചെന്നപ്പോഴാണ് തണുപ്പനുഭവപ്പെട്ടത്. ആറ്റുമണൽ വിരിച്ച മുറ്റത്ത് വാകപ്പൂക്കൾ വീണുകിടന്നിരുന്നു.

വിശപ്പുണ്ടായിരുന്നു. എന്നിട്ടും മെസ്ഹാളിലെ തിരക്കൊഴിയട്ടെ എന്നു കരുതി സിസ്റ്റർ നേരെ മുറിയിലേക്കാണ് പോയത്.

തണുത്ത വെള്ളത്തിൽ മുഖം കഴുകിയപ്പോൾ ഒരു സുഖം തോന്നി.

ചെറിയ മുഖക്കണ്ണാടിയിൽ നോക്കിയപ്പോൾ എപ്പോഴുമെന്നപോലെ മേൽച്ചുണ്ടിലെ ആ മറുകിൽ സിസ്റ്ററിന്റെ കണ്ണുകൾ പതിഞ്ഞു. ആ മറുകിൽ എത്രയോ തവണ ഐസക്ക്....

ദൈവമേ ഞാനെന്തിനാണിതൊക്കെ ഇപ്പോഴോർക്കുന്നത്? എനിക്കെന്താണ് സംഭവിക്കുന്നത്?

സിസ്റ്റർ എമ്മ വാതിലിനടുത്ത് നിന്ന് തലനീട്ടി.

"സിസ്റ്ററെ മെസ്ഹാളിൽ കണ്ടില്ലല്ലോ. എന്തുപറ്റി കഴിക്കുന്നില്ലേ?"

"ഞാനിപ്പം വന്നതേയുള്ളൂ. സിസ്റ്ററെ. തെരക്കൊഴിയട്ടെന്നു വച്ചാ....." സിസ്റ്റർ ക്ളെയർ പറഞ്ഞു.

"എന്നാ ചെന്നോളൂ. ആളു കുറഞ്ഞു."

സിസ്റ്റർ വാതിലടച്ചിട്ട് മെസ്ഹാളിലേക്ക് നടന്നു. കോണിപ്പടികളിറങ്ങുമ്പോൾ ഷീലാ ചെറിയാൻ മുകളിലേക്ക് കയറിവരുന്നുണ്ടായിരുന്നു. സ്വപ്നാടകയെപ്പോലെയായിരുന്നു അവളുടെ നടപ്പ്. എതിരേ വന്ന സിസ്റ്റർ അവളുടെ കണ്ണിൽ പെട്ടതേയില്ല.

ലില്ലിക്കുട്ടിയാണ് സിസ്റ്റർ ക്ളെയറിന്റെ പ്ളേറ്റിൽ ചോറും കറികളും വിളമ്പിയത്.

"സിസ്റ്റർ മുറീൽ കാണുമോ? ഞാനിപ്പോഴങ്ങോട്ട് വരുന്നുണ്ട്." അവൾ പറഞ്ഞു.

"രണ്ടു മണിക്ക് ഞാൻ പോകും ലില്ലീ. എന്താ വീട്ടിൽ നിന്ന് എഴുത്ത് വല്ലതും വന്നോ?"

"ഓ അതല്ല സിസ്റ്ററേ"

കോൺവെന്റിലെ ജോലിക്കാരിയാണ് ലില്ലിക്കുട്ടി. കറുത്തുമെലിഞ്ഞ

ഒരു ഇരുപത്തഞ്ചുകാരി. വായിക്കാനറിയാം. പക്ഷേ ഇംഗ്ലീഷ് എഴുതിയാൽ ശരിയാവില്ല. വീട്ടിലേക്കുള്ള കത്തുകൾ മേൽവിലാസമെഴുതിക്കാനും മണിയോർഡർഫോം പൂരിപ്പിക്കാനും അവൾ സിസ്റ്റർ ക്ളെയറിന്റെയടുത്താണ് വരാറുള്ളത്.

സിസ്റ്റർ മുറിയിലെത്തി അല്പം കഴിഞ്ഞപ്പോൾ വാതിൽ ആരോ ചെറുതായി മുട്ടി. കതകു തുറന്നു നോക്കിയപ്പോൾ ലില്ലിക്കുട്ടിയാണ്. കയ്യിൽ കടലാസിൽ പൊതിഞ്ഞ ഒരു പാത്രം.

അവൾ വേഗം മുറിയിലേക്ക് കയറി.

"ഇതു കഴിച്ചിട്ട് സിസ്റ്റർ പാത്രമിവിടെ വെച്ചിരുന്നാൽ മതി. ഞാൻ പിന്നെ വന്ന് എടുത്തോളാം."

"എന്നതാ ലില്ലീ ഇത്?"

സിസ്റ്റർ പൊതിയഴിച്ച് പാത്രം തുറന്നു നോക്കി. മുള്ളുചെത്തി ചെറിയ കഷണങ്ങളാക്കിയ പൈനാപ്പിൾപഴമായിരുന്നു പാത്രത്തിൽ.

ലില്ലി വെളുത്ത പല്ലുകൾ കാട്ടി ചിരിച്ചു.

"ചാച്ചനിന്ന് വന്നിട്ടുണ്ടായിരുന്നു സിസ്റ്ററേ. വീട്ടീന്നു കൊണ്ടുവന്നതാ. എനിക്ക് സിസ്റ്ററെ മറക്കാൻ പറ്റുമോ?"

"വീട്ടിലെല്ലാവർക്കും സുഖമാണോ ലില്ലീ?"

"സുഖമാ സിസ്റ്ററേ. ലിസിക്ക് ഒരാലോചന വന്നിട്ടുണ്ട്. ചെറുക്കൻ വന്നുകണ്ട് അവളെ ഇഷ്ടപ്പെട്ടു പോയേക്കുവാ. അക്കാര്യം പറയാനാ ചാച്ചൻ വന്നെ. ചെലപ്പഴത് നടന്നേക്കും."

സിസ്റ്റർ ഒന്നും പറഞ്ഞില്ല. ലില്ലിയുടെ അനുജത്തിയാണ് ലിസി. ലിസിയെക്കൂടാതെ വേറേ രണ്ടനുജത്തിമാർ കൂടിയുണ്ടവൾക്ക്.

"സിസ്റ്ററിപ്പം ഓർക്കുന്നതെന്താണെന്നേനിക്കറിയാം. കർത്താവിന്റെ കൃപ കൊണ്ട് എനിക്കീ ജോലിയെങ്കിലുമില്ലേ സിസ്റ്ററേ. എനിക്കിതു മതി. അവരെങ്കിലും രക്ഷപ്പെടട്ടെ. എന്റെ കാര്യമോർത്ത് വിഷമിക്കണ്ടാന്ന് ചാച്ചനോട് ഞാൻ പറഞ്ഞു."

അവൾ ചിരിച്ചുകൊണ്ട് മുറിയിൽ നിന്നിറങ്ങിപ്പോയി.

സിസ്റ്റർ പൈനാപ്പിൾ കഷണങ്ങൾ ഓരോന്നായി എടുത്തു തിന്നു. നല്ല തേൻമധുരം.

ഒരുച്ചയ്ക്ക് ഡെയ്സിയോടൊപ്പം കുളിക്കാൻ ആറ്റുവക്കത്തേക്ക് പോകുമ്പോഴാണ് പറമ്പിലെ കൈതക്കാട്ടിൽ വിളഞ്ഞ ഒരു പൈനാപ്പിൾ കണ്ടത്.

"കുളിച്ചിട്ടു വരുമ്പം നമുക്കത് ഒടിക്കാം അമ്മാമ്മേ." ഡെയ്സി പറഞ്ഞു.

കുളിച്ചിട്ടു വരുമ്പോൾ നനഞ്ഞ തുണികൾ ഏല്പിച്ചിട്ട് പാവാടത്തുമ്പ് ഒതുക്കിപ്പിടിച്ച് ഡെയ്സി പൈനാപ്പിൾ ഒടിച്ചെടുക്കാൻ ചെന്നു. പെട്ടന്നവൾ ഞെട്ടി പിന്നിലേക്ക് മാറി.

"എന്താ ഡെയ്സീ?"

"പാമ്പ് വാ നമുക്ക് പോകാം. നിന്നാൽ പിശകാ."

നോക്കിയപ്പോൾ ഒരു പാമ്പല്ല. ഒന്നിനു മീതെ മറ്റൊന്ന്. വാലറ്റം തമ്മിൽ ചുറ്റിപ്പിണഞ്ഞിരിക്കുന്നു.

ഇണ ചേരുന്ന പാമ്പുകളെ ജീവിതത്തിലാദ്യമായി കാണുകയായിരുന്നു.

"അമ്മാമ്മയ്ക്ക് മനസ്സിലായോ എന്തവാണെന്ന്?" വീട്ടിലേക്ക് നടക്കുമ്പോൾ ഡെയ്സി ചോദിച്ചു.

മനസ്സിലായെങ്കിലും മിണ്ടിയില്ല.

"അതുങ്ങള് ഇണ ചേരുവാ." ഡെയ്സി തന്റെ വിജ്ഞാനം പ്രകടിപ്പിച്ചു.

"നിനക്കെങ്ങനറിയാം?"

പതിമൂന്ന് വയസ്സുള്ള പെണ്ണ് എങ്ങനെ അതൊക്കെ മനസിലാക്കി വച്ചു? എത്രമാത്രം മനസ്സിലാക്കിക്കാണും?

ഡെയ്സിയുടെ മുഖത്ത് ഒരു നനഞ്ഞ ചിരിയുണ്ടായിരുന്നു.

മൂന്നാലു ദിവസത്തേക്ക് വാഴത്തോപ്പിലേക്കുള്ള ആ സന്ദർശനം മുടങ്ങി. പേടിയായിരുന്നു. ചവിട്ടുന്നത് ആ പാമ്പിലൊരെണ്ണത്തിന്റെ ദേഹത്താണെങ്കിൽ.....

സന്ധ്യകളിൽ വാഴത്തോപ്പിൽ നിന്ന് വിഫലമായ ചൂളംവിളികൾ ഉയരുന്നതു കേട്ട് നിസ്സഹായതയോടെ നിന്നു.

ഞായറാഴ്ച സൺഡേ സ്കൂൾ വിട്ടു വരുമ്പോൾ ഐസക്ക് പിടിച്ചു നിർത്തി. ഒരുപാട് പരിഭവം പറഞ്ഞു.

"ഇഷ്ടമില്ലാഞ്ഞല്ല ഐസക്കേ."

"പിന്നെ"

"പാമ്പു കടിച്ചു ചാവാൻ എനിക്കു പേടിയാ."

"പാമ്പോ?"

കാര്യമറിഞ്ഞപ്പോൾ ഐസക്ക് പൊട്ടിച്ചിരിച്ചു.

"കറുത്ത പുള്ളിയും വെള്ള വരയുമുള്ള രണ്ടെണ്ണമായിരുന്നോ ജെസ്സീ?"

"ഉം"

"എന്നാലിനി ജെസ്സി പേടിക്കണ്ടാ."

"അതെന്താ?"

"ചായക്കടക്കാരൻ അവറാച്ചൻ ഇന്നലെ രണ്ടെണ്ണത്തിനേയും അടിച്ചു കൊന്നു."

"നേര്?"

"വിശ്വാസമില്ലെങ്കിൽ അവറാച്ചന്റെങ്ങത്തെ സെലീന്നാമ്മയോടു ചോദിച്ചു നോക്ക്. രണ്ടെണ്ണോം കൂടി അവറാച്ചന്റെ കോഴിക്കൂട്ടിൽ മൊട്ട കുടിക്കാൻ കേറിച്ചെന്നതാ."

അതു വിശ്വസിക്കാതിരിക്കുവാൻ ഒരു ന്യായവും കണ്ടില്ല. സെലീ

ന്നാമ്മയെ പിന്നീട് കണ്ടപ്പോഴൊന്നും അതുകൊണ്ട് അക്കാര്യ ചോദിച്ച തുമില്ല.

സിസ്റ്റർ ക്ളെയർ പാത്രം മാറ്റിവച്ചിട്ട് ടവ്വലെടുത്ത് ചുണ്ടും വിരലു കളും തുടച്ചു.

ഇന്ന് ബുധൻ. ഉച്ച കഴിഞ്ഞ് ആദ്യത്തെ പീരീഡ് ഫൈനൽ ബി.എ സ്സിക്കാർക്കാണ്.

പുസ്തകമെടുത്ത് കഴിഞ്ഞക്ലാസിൽ പഠിപ്പിച്ചു നിർത്തിയ ഭാഗം വായിച്ചു നോക്കി.

വായിച്ചു നോക്കേണ്ടതില്ല. എല്ലാം ഓർമ്മയിലുണ്ട്. ശിവമോഹന്റെ ക്ളാസിലേക്കാണ് പോകേണ്ടത്. മുൻബഞ്ചിലിരുന്ന് അവൻ മുഖത്തേ ക്കുതന്നെ തുറിച്ചുനോക്കുമ്പോൾ എങ്ങനെ......

അതു തുടരാനനുവദിക്കരുത്.

ഇതുവരെയുള്ള അനുഭവമാണ് ഇന്നും ഉണ്ടാകുന്നതെങ്കിൽ ശിവമോ ഹനെ വിളിച്ചിട്ട് നേരിട്ട് സംസാരിക്കണം. ദൃഢനിശ്ചയത്തോടെയാണ് സിസ്റ്റർ ക്ളെയർ അവന്റെ ക്ളാസിലേക്കു പോയത്. ചെന്നപ്പോൾ വാതി ലിനു വെളിയിൽ ശിവമോഹൻ കാത്തുനിൽക്കുന്നുണ്ടായിരുന്നു.

അഞ്ച്

സിസ്റ്റർ ക്ളെയർ ക്ലാസ് മുറിയുടെ മുന്നിലെത്തിയപ്പോഴും ശിവമോ ഹൻ വാതിലിനടുത്ത് നോക്കി നിൽക്കുകയായിരുന്നു. അവന്റെ കണ്ണു കൾ തന്റെ മുഖത്താണെന്ന് മനസ്സിലായതുകൊണ്ട് സിസ്റ്റർ അവനെ ശ്രദ്ധിച്ചതേയില്ല.

“ഗുഡ് ആഫ്റ്റർ നൂൺ, സിസ്റ്റർ.” അവൻ പറഞ്ഞു.

“ഗുഡ് ആഫ്റ്റർ നൂൺ. താനിന്ന് ക്ലാസ്സിൽ കേറുന്നില്ലേ?” സിസ്റ്റർ തിരിഞ്ഞുനിന്നു ചോദിച്ചു.

“ഉണ്ട് സിസ്റ്റർ.”

“പിന്നെന്താ ഇവിടെ നിൽക്കുന്നേ?”

“സിസ്റ്ററെ കണ്ടപ്പോ അറിയാതെ...”

അവൻ പറയുന്നതു കേൾക്കാൻ നിൽക്കാതെ സിസ്റ്റർ ക്ളെയർ ക്ലാസിലേക്കു കയറി.

ശിവമോഹൻ അന്ന് ഏറ്റവും പിന്നിലുള്ള ബഞ്ചിലാണ് ഇരുന്നത്. അത് ആശ്വാസമായാണ് സിസ്റ്ററിന് അനുഭവപ്പെട്ടത്. തൊട്ടു മുന്നിലി രുന്ന് തുറിച്ചു നോക്കുകയില്ലല്ലോ.

ശിവമോഹൻ ഇരുന്നഭാഗത്തേക്ക് നോക്കാതെയാണ് സിസ്റ്റർ പഠിപ്പി ച്ചത്. ക്ലാസ്സിൽ അവന്റെ സമീപ്യത്തെക്കുറിച്ച് ഓർക്കാതിരിക്കാൻ എത്ര ശ്രമിച്ചോ അത്രയും ശക്തിയോടെ അവൻ സിസ്റ്ററിന്റെ മനസ്സിലേക്ക് കയറി വന്നു.

അവനെ നോക്കിയില്ലെങ്കിലും ഫോക്കസ് തെറ്റിയ ഒരു ചിത്രം പോലെ

അവന്റെ രൂപം മുന്നിലുണ്ടായിരുന്നു. വെളുത്ത മുഖം. നെറ്റിയിലേക്ക് വീണു കിടക്കുന്ന മുടി. നീല ഷർട്ടിന്റെ നീലിമ...

ക്ലാസ്സിൽ ശിവമോഹൻ മാത്രമേയുള്ളെന്ന് പലപ്പോഴും സിസ്റ്റർ ക്ളെയ റിന് തോന്നി. മറ്റുള്ളവരെക്കുറിച്ച് ഒട്ടുമേ ബോധവതിയായിരുന്നില്ല.

യുഗങ്ങൾക്കു ശേഷമാണ് ബെല്ലടിച്ചത്. സിസ്റ്റർ വേഗം പുറത്തിറ ങ്ങി.

നീണ്ട വരാന്തയിലെ ഉരുളൻ തൂണുകൾ താണ്ടി നടക്കുമ്പോൾ പിന്നിൽ വേഗത്തിലെത്തുന്ന കാലൊച്ച. സിസ്റ്റർ മെല്ലെ തിരിഞ്ഞു നോക്കി.

ശിവമോഹനാണ്.

“സിസ്റ്റർ....” അവൻ വിളിച്ചു.

സിസ്റ്റർ പെട്ടെന്ന് നിന്നു എന്താണെന്ന് ചോദിച്ചില്ല. അവന്റെ മുഖ ത്തേയ്ക്ക് നോക്കിയതേയുള്ളൂ.

“ഞാനൊരു കാര്യം പറയാനാ വന്നത്.”

“എന്തു കാര്യം?”

“നാളെ മുതൽ ഞാൻ സിസ്റ്ററിന്റെ ക്ലാസ്സിൽ കയറുകയില്ല. അതി നുള്ള പെർമിഷൻ എനിക്ക് തരണം.” അവൻ പറഞ്ഞു.

“എന്താ താനീ പറേന്നത്” അത്രയ്ക്ക് ബോറാണോ എന്റെ ക്ലാസ്സ്?” അത്ഭുതം ഭാവിച്ച് സിസ്റ്റർ ചോദിച്ചു.

“ബോറായിട്ടല്ല സിസ്റ്റർ....മറ്റുള്ളവരെ അപേക്ഷിച്ച് ഏറ്റവും നന്നായി പഠിപ്പിക്കുന്നത് സിസ്റ്ററാ. എനിക്കിഷ്ടവുമാ സിസ്റ്ററിന്റെ ക്ലാസ്സ്. പക്ഷേ അതല്ല.....സിസ്റ്റർ പഠിപ്പിക്കുന്നതൊന്നും എന്റെ തലയിലേക്ക് കയറുന്നി ല്ല. കുറ്റം എന്റേതാ...അല്ലാതെ....”

സിസ്റ്ററിന്റെ നോട്ടം കണ്ട് അവൻ മുഖം കുനിച്ചു.

“ശിവമോഹൻ ക്ലാസ്സിൽ ശ്രദ്ധിക്കുന്നില്ല. അതാ തലയിലേക്കൊന്നും കേറാത്തത്.”

“ശരിയാ സിസ്റ്റർ പറഞ്ഞത്. സിസ്റ്ററെ കാണുമ്പം എന്റെ മനസ്സ് കൈവിട്ടു പോവുകയാ. പിടിച്ചാൽ കിട്ടുന്നില്ല.” കുറ്റസമ്മതംപോലെ അവൻ പറഞ്ഞു.

സിസ്റ്റർ ക്ളെയറിന്റെ ഉള്ളൊന്നു പിടഞ്ഞു.

“ശിവമോഹൻ പറയുന്നത് എനിക്കു മനസ്സിലാകുന്നില്ല. മനസ്സ് കൈവിട്ടു പോവുകയോ? എന്താണ് കാരണം?”

“കാരണം.....സിസ്റ്ററാണ്.”

“ഞാനോ!” അമ്പരപ്പോടെ സിസ്റ്റർ ചോദിച്ചു.

അതേ എന്ന അർത്ഥത്തിൽ അവൻ തല ചലിപ്പിച്ചു.

“ഞാനെന്തു ചെയ്തു?”

“സിസ്റ്റർ ഒന്നും ചെയ്തില്ല.”

“പിന്നെ?”

അടുത്ത ക്ലാസ്സിനുള്ള ബെല്ലു മുഴങ്ങി.

“ഞാൻ പൊയ്ക്കോട്ടെ സിസ്റ്റർ.....അടുത്ത ക്ലാസ് തോമസ് മാത്യു സാറിന്റെയാ.” രക്ഷപ്പെടാനാഗ്രഹിക്കുന്നതുപോലെ അവൻ പറഞ്ഞു.

“പോകാൻ വരട്ടെ. ഞാൻ ചോദിച്ചതിന് മറുപടി പറഞ്ഞില്ല ശിവമോഹൻ.”

അവൻ വീണ്ടും മുഖം കുനിച്ചു.

അവന് എന്തൊക്കെയോ പ്രശ്നങ്ങളുണ്ടെന്ന് അപ്പോഴാണ് സിസ്റ്ററിന് ക്ളെയറിന് തോന്നിയത്. അവന്റെ ഇത്തരം പെരുമാറ്റത്തിനു പിന്നിൽ എന്തൊക്കെയോ കാരണങ്ങളുണ്ട്. തീർച്ച.

മേരിപോൾ റൊമാരിയോയെയാണ് സിസ്റ്ററിന് അപ്പോൾ ഓർമ്മ വന്നത്. അസ്വസ്ഥത നിറഞ്ഞ ഒരു ബാല്യകാലമായിരുന്നോ ശിവമോഹന്റേത്? വേണ്ടത്ര സ്നേഹം അവന് കിട്ടിയിരുന്നില്ലേ? അവഗണിക്കപ്പെട്ട യുവത്വമാണോ അവന്റേത്?

അവനെ അറിയണമെങ്കിൽ വിശദമായി സംസാരിക്കണം. അറിഞ്ഞാൽ അവനെ സഹായിക്കാൻ സാധിച്ചേക്കും. അല്ലെങ്കിൽ രണ്ടു പേർക്കും കൂടുതൽ ബുദ്ധിമുട്ടുകൾ ഉണ്ടാവുകയെയുള്ളൂ.

“ശിവമോഹൻ ഇപ്പോൾ ക്ലാസ്സിലേക്ക് പോകൂ. പക്ഷേ എനിക്ക് ചിലത് ചോദിക്കാനുണ്ട്. നാളെ എന്നെ വന്ന് കാണണം.” സിസ്റ്റർ പറഞ്ഞു.

“നാളെ ക്ലാസ്സില്ലല്ലോ സിസ്റ്റർ. ശനിയാഴ്ചയല്ലേ.”

സിസ്റ്റർ ഒന്ന് ആലോചിച്ചു. തിങ്കളാഴ്ചത്തേയ്ക്ക് നീട്ടി വയ്ക്കേണ്ടാ. നാളെ അവൻ കോൺവെന്റിലേക്ക് വരട്ടെ. കോളേജിൽ വച്ച് സംസാരിക്കുന്നതിലും സൗകര്യം അതാണ്.

“നാളെ ഉച്ച കഴിഞ്ഞ് ഹോസ്റ്റലിലേക്ക് വരാമോ?”

“വരാം.” അവൻ മടി കൂടാതെ പറഞ്ഞു.

“എന്നാൽ പൊയ്ക്കോളൂ.”

അവൻ സാവധാനം തിരിഞ്ഞു നടന്നു.

സിസ്റ്റർ ക്ളെയർ സ്റ്റാഫ് റൂമിൽ ചെന്നപ്പോൾ അവിടെ ആരുമില്ല. ക്ലാസ്സില്ലാത്തവർ സ്ഥലം വിട്ടിരിക്കുന്നു.

വേണമെങ്കിൽ തനിക്കും പോകാം. ഇന്നിനി ക്ലാസ്സില്ല.

സിസ്റ്റർ കസേരയിലേക്ക് ചാരിയിരുന്ന് കണ്ണുകളടച്ചു.

നാളെ മുതൽ ഞാൻ സിസ്റ്ററിന്റെ ക്ലാസ്സിൽ കയറുകയില്ല....

എന്തുകൊണ്ട്?

സിസ്റ്ററെ കാണുമ്പം എന്റെ മനസ്സ് കൈവിട്ടു പോവുകയാ....

എന്തുകൊണ്ട്?

അതറിയണം.

ശിവമോഹന്റെ കണ്ണുകളിൽ നിസ്സംഗതയാണ് അപ്പോൾ നിഴലിച്ചിരുന്നത്. അവന്റെ സ്വരത്തിന് വേദനാകരമായ ഇടർച്ചയുണ്ടായിരുന്നു.

കോൺവെന്റിലേക്ക് പോകാം.

പോയിട്ട് എന്തു ചെയ്യാൻ?

ലൈബ്രറിയിലേക്ക് പോയാലോ?

വേണ്ട, എടുത്തുകൊണ്ടു പോയ രണ്ടു പുസ്തകങ്ങൾ കയ്യിലുണ്ട്. ഒരു പേജുപോലും വായിച്ചു മുഴുമിക്കാൻ കഴിഞ്ഞിട്ടില്ല.

മനസ്സ് കൈവിട്ടു പോവുകയാണ്.....

ക്ലാസ്സ് ടെസ്റ്റിനു വേണ്ടി വായിച്ചു തല പുകച്ച ഒരു രാത്രിയിലാണ് കൈവിട്ടുപോകുന്ന മനസ്സിനെ പിടിച്ചു നിർത്താനുള്ള ഒരു വിദ്യയെക്കുറിച്ച് മേരിപോൾ റൊമാരിയോ പറഞ്ഞു തന്നത്.

ഹോസ്റ്റലിന്റെ എതിർവശത്തുള്ള പള്ളിയിൽ പെരുന്നാളായിരുന്നു അന്ന്. രണ്ടു ദിവസത്തെ ആഘോഷപരിപാടികൾ. രാപകൽ ലൗഡ്സ്പീക്കറിലൂടെ പാട്ട്.

ശബ്ദം കാരണം വായിക്കാൻ വയ്യാ. എം.എസ്.സി ക്ക് ആദ്യവർഷത്തിലായിരുന്നു അത്. മുറിയുടെ ജനാലയും വാതിലുമടച്ചു നോക്കി. എന്നിട്ടും ശബ്ദം. വെളുപ്പിന് എഴുന്നേറ്റ് പഠിക്കാമെന്നു വിചാരിച്ച് നേരത്തെ ഉറങ്ങാൻകിടന്നു. ശബ്ദം കാരണം ഉറങ്ങാൻ വയ്യാ.

എഴുന്നേറ്റ് മേരിയുടെ മുറിയിലേക്ക് ചെന്നു. വാതിൽ തുറന്നു കിടക്കുന്നു. ടേബിൾലാമ്പിന്റെ വെളിച്ചത്തിൽ മേരിയിരുന്ന് ഒരു തടിച്ച പുസ്തകം വായിക്കുന്നു. ചുമലിൽവച്ചു മുറിച്ച മുടി ഇരുവശത്തേക്കും വീണുകിടക്കുന്നു.

മുറിയിലേക്ക് ചെന്നതുപോലും അവൾ അറിഞ്ഞില്ല.

തിരിച്ചുപോന്നാലോ എന്നു വിചാരക്കുമ്പോഴാണ് അവൾ തലയുയർത്തി നോക്കിയത്.

“എന്താ സിസ്റ്റർ?”

“നാളെ ഒരു ടെസ്റ്റ് പേപ്പറുണ്ട് മേരി. പള്ളിയിലെ പാട്ടു കാരണം ഒരക്ഷരം പോലും വായിക്കാൻ പറ്റുന്നില്ല. എന്തൊരു ബഹളമാ. അവർക്കിത്തിരി സൗണ്ടു കുറച്ച് മൈക്കു വെച്ചാലെന്താ?”

മേരി ചിരിച്ചുകൊണ്ട് കവിളിൽ വീണ മുടിയൊതുക്കിവച്ചു.

“എന്തിനാ ആ പാട്ട് ശ്രദ്ധിക്കാൻ പോകുന്നത്? അതുകൊണ്ടല്ലെ വായിക്കാൻ പറ്റാത്തത്?” മേരി ചോദിച്ചു.

“വായിക്കാൻ പറ്റുന്നുണ്ട് മേരി. പക്ഷേ തലയിലേക്കൊന്നും കയറുന്നില്ല. അതാ കുഴപ്പം എന്തൊരു ശബ്ദമാ?”

അതിനൊരു കാര്യം ചെയ്താൽ മതി സിസ്റ്ററെ. പുറംലോകത്തേക്കുള്ള വാതിലുകൾ ഒരോന്നായി അടയ്ക്കണം. അതായത് കണ്ണ്, ചെവി, മൂക്ക്..... ഇവിടിപ്പോൾ ചെവിമാത്രം അടച്ചാൽ മതി. മനസ്സിനെ ഏകഗ്രമാക്കി നിർത്തിയാൽ ഈ ശബ്ദമൊന്നും ചെവിയിലേക്ക് കയത്തില്ല.”

“മനസ്സിരുത്തിത്തന്നാ മേരി ഞാൻ വായിച്ചത്. പക്ഷേ ഈ പാട്ട്....” നിസ്സഹായതയോടെ സിസ്റ്റർ പറഞ്ഞു.

“മനസ്സ് പാട്ടിനു പിന്നാലെ പോകുന്നു. അതല്ലേ സത്യം? അതു പാടി

ല്ല. പരിശീലിപ്പിച്ചാൽ മനസ്സിനെ നമുക്ക് ആഗ്രഹിക്കുന്നിടത്ത് പിടിച്ചു നിർത്താം. ആവശ്യമില്ലാത്തതൊന്നും കാണുകയില്ല. കേൾക്കുകയില്ല. അനുഭവിക്കുകയില്ല...."

എന്തോ അന്വേഷിക്കുന്നതു പോലെ മേരി ചുറ്റും നോക്കി. മങ്ങിയ ഇരുട്ടിലായിരുന്നു മുറി. ടേബിൾ ലാമ്പിന്റെ വൃത്താകൃതിയിലുള്ള വെളിച്ചം മേശപ്പുറത്തുമാത്രമേ വീണിരുന്നുള്ളൂ.

"എങ്ങനെയാണ് മനസ്സിനെ ധ്യാനനിർഭരമാക്കേണ്ടതെന്ന് സിസ്റ്ററെ ഞാൻ പഠിപ്പിക്കേണ്ടതില്ലല്ലോ. എന്നെപ്പോലെ ഒരു സാധാരണ പെണ്ണിന്റെ മനസ്സിനെ എപ്പോഴും ഭരിക്കുന്നത് ലൗകിക ചിന്തകളാ. പക്ഷേ സിസ്റ്ററ് അങ്ങനല്ലല്ലോ. എങ്കിലും മനസ്സിനെ ഒരു ബിന്ദുവിലേക്ക് ആവാഹിക്കാൻ ഞാനൊരു വിദ്യ പറഞ്ഞുതരാം." മേരി പറഞ്ഞു.

"എന്തു വിദ്യ?" സിസ്റ്റർ ചോദിച്ചു.

"ശരി, ഈ ടേബിൾ ലാമ്പിലേക്കു നോക്കൂ."

കുടയുടെ ആകൃതിയിൽ ചുവന്ന സിൽക്ക് ഷേഡുള്ള ടേബിൾ ലാമ്പായിരുന്നു അത്. ഉള്ളിൽ ഓറഞ്ചു നിറത്തിൽ കത്തുന്ന ബൾബിന്റെ സാന്നിദ്ധ്യം.

"എന്തു കാണുന്നു?" മേരിയുടെ ചോദ്യം.

"ടേബിൾ ലാമ്പ്." കണ്ണെടുക്കാതെ സിസ്റ്റർ പറഞ്ഞു.

"വേറെന്തെങ്കിലും കാണുന്നുണ്ടോ?"

"ഉണ്ട്"

"എന്തു കാണുന്നു?"

"മേശപ്പുറത്തു തുറന്നു വച്ച പുസ്തകം, പോക്കറ്റ് റേഡിയോ, പേന, കീച്ചെയിൻ, കർച്ചീഫ്, അടുക്കി വച്ച പുസ്തകങ്ങ്ഹൾ, ടേബിൾ ക്ളോത്ത്, അതിലെ പൂക്കൾ...."

"ടേബിൾ ലാമ്പിലേക്ക് നോക്കിയാൽ അതു മാത്രമേ കാണാവു. പക്ഷേ അതോടൊപ്പം ആവശ്യമില്ലാത്ത പലതും സിസ്റ്റർ കാണുന്നു. അതു വേണ്ടാ." ചിരിയോടെ മേരി പറഞ്ഞു.

അവൾ പെൻസിൽ വണ്ണത്തിലുള്ള ഒരു മെഴുകുതിരിയെടുത്ത് കത്തിച്ച് കട്ടിൽക്കാലിന്റെ മുകളിലുറപ്പിച്ചു വച്ചു. എന്നിട്ട് ടേബിൾ ലാമ്പ് ഓഫാക്കി.

മുറിയിൽ പെട്ടെന്ന് ആധിപത്യമുറപ്പിച്ച ഇരുട്ടിൽ ഒരു മിന്നാമിനുങ്ങിന്റെ വെട്ടവുമായി മെഴുകുതിരി മുനിഞ്ഞു കത്തി.

"സിസ്റ്റർ ഈ മെഴുകുതിരിയിലേക്ക് നോക്കൂ." മേരി പറഞ്ഞു.

"നോക്കി."

"എന്തു കാണുന്നു?"

"കത്തുന്ന മെഴുകുതിരി."

"ജ്വാലമാത്രം കണ്ടാൽ മതി. മെഴുകുതിരി കണ്ണിൽപ്പെട്ടണ്ട. ജ്വാലമാത്രം...."

സിസ്റ്റർ ക്ളെയർ നിലത്ത് മുട്ടുകുത്തി നിന്നു. ആദ്യം മെഴുകുതിരിയും ജ്വാലയും കണ്ടു. പിന്നെ ജ്വാലമാത്രം കണ്ടു. ജ്വാലമാത്രം.

ഒന്ന്...രണ്ട്...മൂന്ന്...മിനിറ്റുകൾ കടന്നു പോയി.

“ഇനി കണ്ണടയ്ക്കൂ.” ഇരുട്ടിൽ എവിടെ നിന്നോ മേരിയുടെ ശബ്ദം കേട്ടു.

കണ്ണുകളടച്ചു. എന്നിട്ടും ജ്വാല തെളിമയോടെ കത്തുന്നു.

മേരി ലൈറ്റ് ഓൺ ചെയ്യുന്നു.

“സമയം കിട്ടുമ്പോഴൊക്കെ സിസ്റ്റർ ഇത് പരിശീലിക്കണം. ആദ്യം അഞ്ചു മിനിറ്റ്. പിന്നെ പത്തു മിനിറ്റ്...അര മണിക്കൂർ...ജ്വാലമാത്രമേ കാണാവൂ. അതിലൂടെ മനസ്സിനെ ഏകാഗ്രമാക്കാൻ സിസ്റ്ററിന് കഴിയും.”

സിസ്റ്റർ പുഞ്ചിരിച്ചു.

“ഈ മുറിയിലേക്ക് വന്നശേഷം സിസ്റ്റർ മൈക്കിൽ നിന്നുള്ള കർണ്ണകഠോരസംഗീതം കേട്ടോ?” മേരി ചോദിച്ചു.

“ഇല്ല.” ആശ്ചര്യത്തോടെ സിസ്റ്റർ പറഞ്ഞു.

“അതിന്റെ കാര്യം നമ്മുടെ മെഴുകുതിരിവിദ്യയൊന്നുമല്ല. താല്പര്യമുള്ള ഒരു വിഷയത്തെക്കുറിച്ച് നമ്മൾ സംസാരിച്ചിരുന്നപ്പോൾ ശ്രദ്ധ മറ്റെങ്ങോട്ടും പോയില്ല. അത്രേയുള്ളൂ.”

“ആരാണ് മേരിയെ ഈ വിദ്യ പഠിപ്പിച്ചത്?”

“എന്റെ പ്രൊഫസർ ഡോ. ഏലിയാസ് സദാശിവം.”

“ക്ലാസ്സിൽ വച്ചോ?”

“അല്ല പ്രൊഫസറുടെ റൂമിൽ വച്ച്. പേഴ്സണലായി എന്നെമാത്രം.”

“പകൽവെളിച്ചത്തിൽ മെഴുകുതിരിക്ക് പ്രകാശമുണ്ടോ മേരീ?”

മേരി അതുകേട്ട് പൊട്ടിച്ചിരിച്ചു.

“ഈ സിസ്റ്റർ ഇത്ര പാവമായിപ്പോയല്ലോ...

ജനാലയും വാതിലും അടച്ച് കർട്ടൻ പിടിച്ചിട്ടാൽ പ്രൊഫസർ ഏലിയാസിന്റെ മുറിയിൽ നല്ല ഇരുട്ടാ സിസ്റ്ററേ.”

മേരിയുടെ ആ പൊട്ടിച്ചിരി ഇപ്പോഴും ചെവിയിൽ മുഴങ്ങുന്നു.

സിസ്റ്റർ ക്ളെയർ മേശ പൂട്ടി എഴുന്നേറ്റു.

കോളേജ് ക്യാന്റീൻ കെട്ടിടത്തിലുള്ള കോ-ഓപ്പറേറ്റീവ് സ്റ്റോറിലേക്കാണ് നടന്നത്.

സ്റ്റോറിൽ ചെന്നപ്പോൾ സിസ്റ്റർ എമ്മയുടെ മുറിയിൽ ഫാദർ സിറിയക്ക് ഉണ്ട്.

“സിസ്റ്ററിന്റെ ക്ലാസ്സ് കഴിഞ്ഞോ?” വാച്ചിൽ നോക്കിക്കൊണ്ട് സിസ്റ്റർ എമ്മ ചോദിച്ചു.

“ലാസ്റ്റവർ ഫ്രീയാ എനിക്ക്.”

“കോൺവെന്റിലേക്ക് പോകാനാണെങ്കിൽ എനിക്കിപ്പഴേ വരാൻ പറ്റത്തില്ല സിസ്റ്ററെ.”

“അതിനല്ല എനിക്ക് ഒരു കൂട് മെഴുകുതിരി വേണമായിരുന്നു.” സിസ്റ്റർ

ക്ളെയർ പറഞ്ഞു.

എല്ലാം കേട്ട് സിസ്റ്റർ എമ്മയുടെ എതിരെയുള്ള കസേരയിലിരുന്ന് കൗതുകത്തോടെ നോക്കുകയായിരുന്നു ഫാദർ സിറിയക്.

"എന്താ സിസ്റ്ററെ പള്ളിയിൽ കത്തിക്കാനാണോ? വല്ല നേർച്ചയും ഉണ്ടോ?" ഫാദർ ചോദിച്ചു.

"എനിക്കോ നേർച്ച!"

"നിങ്ങടെ ഹോസ്റ്റലിൽ രാത്രിയിൽ കറണ്ടുപോകാറില്ലേ അച്ചാ?" സിസ്റ്റർ എമ്മ ചോദിച്ചു.

"പോയാലും പ്രശ്നമില്ല. എനിക്കിപ്പോൾ ഇരുട്ടത്തും നല്ല കാഴ്ചശക്തിയുണ്ട്." ഫാദർ സിറിയക്ക് പറഞ്ഞു.

സിസ്റ്റർ എമ്മ ചിരിച്ചു.

സിസ്റ്റർ ക്ളെയറിന് ചിരി വന്നില്ല.

ഫാദർ സിറിയ്കിന്റെ തമാശകൾ എന്തുകൊണ്ടോ ആസ്വദിക്കാൻ കഴിയാറില്ല.

"ജോസപ്പേ ഒരുകൂട് തിരിയിങ്ങെട്" സിസ്റ്റർ എമ്മ വിളിച്ചു പറഞ്ഞു.

സുമുഖനും ചെറുപ്പക്കാരനുമാണ് ഫാദർ ജോസ് സിറിയക്ക്. കോളേജിലെ ഫിസിക്സ് ലക്ചറരാണ്. ആൺകുട്ടികളുടെ ഹോസ്റ്റലിലിലെ വാർഡനും.

വെളുത്ത നല്ല പൊക്കമുള്ള ശരീരമാണ് ഫാദർ സിറിയക്കിന്റേത്. ആൾക്കൂട്ടത്തിൽ എവിടെ നിന്നാലും ആ തലയെടുപ്പ് ശ്രദ്ധിക്കപ്പെടും. പിന്നിലേക്കു ചീകി വച്ച സമൃദ്ധമായ മുടിയും ക്ലീൻ ഷേവു ചെയ്ത തുടുത്ത മുഖവും കണ്ടാൽ ഹിന്ദി സിനിമാതാരത്തെയാണ് ഓർമ്മ വരിക.

ഹിന്ദി സിനിമയിലെ നായകന്മാരുടെ കളർചിത്രങ്ങൾ ശേഖരിച്ച് ആൽബം ഉണ്ടാക്കുന്ന ഒരു കൂട്ടുകാരി പണ്ട് സിസ്റ്റർ ക്ളെയറിനുണ്ടായിരുന്നു. ഷീലാ രാജശേഖരൻ.

ജോസഫ് മെഴുകുതിരിയുമായി വന്നു.

"എന്നാൽ ഞാൻ പൊയ്ക്കോട്ടേ സിസ്റ്ററെ?" സിസ്റ്റർ എമ്മ തല കുലുക്കി.

സിസ്റ്റർ ക്ളെയർ സ്റ്റോറിൽനിന്നിറങ്ങി മെല്ലെ നടന്നു. ഫാദർ സിറിയക്കിന്റെ കണ്ണുകൾ തന്നെ പിന്തുടരുന്നുണ്ടാവുമെന്ന് സിസ്റ്റർ ക്ളെയറിന് അറിയാമായിരുന്നു.

ആറ്

മെഴുകുതിരിയും പുസ്തകവും മുറിയിൽ കൊണ്ടുവച്ചിട്ടാണ് സിസ്റ്റർ ക്ളെയർ ചായകുടിക്കാൻ മെസ് ഹാളിലേക്ക് ചെന്നത്.

മെസ് ഹാളിൽ ഒരു മേശയ്ക്ക് ഇരുവശത്തുമിരുന്ന് നാലഞ്ചുപെൺകുട്ടികൾ ചായ കുടിക്കുന്നുണ്ടായിരുന്നു. അല്പം മാറി ഒരു പെൺകുട്ടി

തനിച്ചിരിക്കുന്നു.

അത് ഷീലാ ചെറിയാനായിരുന്നു.

ഷീലയെ കണ്ടപ്പോൾ സിസ്റ്റർ ക്ളെയർ അറിയാതെ ഒന്നു ഞെട്ടി.

അവൾ എന്തോ ആലോചിച്ചുകൊണ്ടിരിക്കുകയാണ്. മേശപ്പുറത്തിരിക്കുന്ന ഗ്ലാസ്സിലെ ചായ തൊട്ടിട്ടില്ല. അവൾക്ക് ചലനമൊന്നുമില്ല. കൊത്തിവച്ച പ്രതിമപോലെയായിരുന്നു അവൾ.

സ്റ്റാഫ് റൂമിൽ വച്ചു കണ്ട കാഴ്ചയുടെ ഓർമ്മ സിസ്റ്റർ ക്ളെയറിനെ വീണ്ടും പരിഭ്രമിച്ചു. തോമസ് മാത്യു അവളുടെ അദ്ധ്യാപകനാണ്. പക്ഷേ അതുകൊണ്ട് അയാൾ പുരുഷനും അവൾ സ്ത്രീയുമല്ലാതെയാകുന്നില്ലല്ലോ.

ഒഴിഞ്ഞ ഒരു മേശയുടെയടുത്ത് ചെന്ന് സിസ്റ്റർ ഇരുന്നു. മെസ്സിലെ കുഞ്ഞന്നാമ്മയാണ് ആദ്യം സിസ്റ്ററെ കണ്ടത്. എങ്കിലും ചായയുമായി വന്നത് ലില്ലിക്കുട്ടിയാണ്. അവളുടെ കയ്യിലെ പ്ളേറ്റിൽ രണ്ടു കഷണം പഴം പൊരിച്ചതുമുണ്ടായിരുന്നു.

"പഴം പൊരിച്ചത് തീർന്നു സിസ്റ്ററെ. ഇത് ഞാൻ സിസ്റ്റർക്കുവേണ്ടി മാറ്റിവെച്ചതാരുന്നു. ഇപ്പ വന്നർക്കെല്ലാം ബിസ്ക്കറ്റാ കൊടുത്തെ." അവൾ ശബ്ദം താഴ്ത്തി പറഞ്ഞു.

സിസ്റ്റർ പുഞ്ചിരിച്ചു.

"എമ്മ സിസ്റ്റർ വന്നില്ലേ?" ലില്ലിക്കുട്ടി ചോദിച്ചു.

"ഇല്ല."

"എമ്മ സിസ്റ്റർ ചെലപ്പോഴൊക്കെ വൈകിട്ടിപ്പം ചായ കുടിക്കാൻ വരാറുള്ളൂ. കോളജിലെ കാന്റീനിൽനിന്ന് വരുത്തിക്കുടിക്കുവാന്ന് തോന്നുന്നു."

സിസ്റ്റർ ഒന്നും പറഞ്ഞില്ല.

"പോവാ സിസ്റ്ററെ, ചപ്പാത്തിക്ക് കുഴയ്ക്കാൻ മാവെടുത്ത് വച്ചിരിക്കുന്നു."

പഴം പൊരിച്ചെടുത്ത് സിസ്റ്റർ ഒന്നു കടിച്ചു. സിസ്റ്റർക്ക് ഇഷ്ടമുള്ള പലഹാരമായിരുന്നു അത്. ലില്ലിക്കുട്ടിക്കറിയാം അക്കാര്യം.

വാഴത്തോപ്പിൽ നിന്ന് നന്നായി വിളഞ്ഞ ഏത്തക്കുല വെട്ടി ചൂളയ്ക്കിട്ട് അമ്മ പഴുപ്പിക്കുമായിരുന്നു. പാകം വന്ന് മധുരം കിനിയുന്ന പഴം അമ്മ നെയ്യിൽ പൊരിച്ച് തരം. ഒറ്റയിരുപ്പിൽ എത്രയെണ്ണമാണ് തിന്നിട്ടുള്ളത്!

വീടുവിട്ടുപോന്നതിനുശേഷം ആ സ്വാദ് അറിയാൻ കഴിഞ്ഞിട്ടില്ല.

ചായ കുടിച്ചുകൊണ്ട് സിസ്റ്റർ ജനാലയിലൂടെ പുറത്തേക്ക് നോക്കി. ചുറ്റിനും ചതുരാകൃതിയിൽ സിമന്റ് തറകെട്ടിയ ബദാം മരത്തിന്റെ ചുവട്ടിലിരുന്ന് രണ്ട് പെൺകുട്ടികൾ എന്തോ അടക്കത്തിൽ സംസാരിക്കുന്നു. രണ്ട് പേരുടേയും കൈയിൽ തുറന്നുപിടിച്ച പുസ്തകങ്ങളുമുണ്ട്.

ഒരു പെൺകുട്ടി ചുരിദാറാണ് ധരിച്ചിരിക്കുന്നത്. മറ്റേ കുട്ടിയുടെ വേഷം മിഡിയാണ്. സായാഹ്നവെയിൽ വീണ് അവളുടെ നഗ്നമായ വെളുത്ത

കാൽവണ്ണകൾ തിളങ്ങുന്നുണ്ടായിരുന്നു.

ഞായറാഴ്ച പള്ളിപിരിഞ്ഞ് വീട്ടിലേക്ക് പോവുകയായിരുന്നു. അമ്മയും ഡെയ്സിയും ഒപ്പമുണ്ടായിരുന്നെങ്കിലും ആറ്റിറമ്പത്തെ ഷേർലിയോട് ഇത്തിരിനേരം സംസാരിച്ചുകൊണ്ട് നിന്നതു കാരണം അവർ കുറേ മുമ്പിലായി.

വീണ്ടും നടക്കുമ്പോൾ പിന്നിൽ കാൽപ്പെരുമാറ്റം. റോഡുവിട്ട് ഇടവഴിയിലേക്ക് കയറുകയായിരുന്നു അപ്പോൾ.

തിരിഞ്ഞു നോക്കിയപ്പോൾ ഐസക്കാണ്.

ഭീതിയോടെ മുന്നിലേക്ക് നോക്കി. അമ്മയും ഡെയ്സിയും ഭാഗ്യത്തിന് വളവുതിരിഞ്ഞ് മറഞ്ഞുകഴിഞ്ഞു.

"എന്താ ഐസക്കേ?"

"ഓ വെറുതേ"

"എന്നാൽ പോ. ഇപ്പഴെന്റെ കൂടെ വരണ്ട."

"വരുന്നില്ല. ഞാനൊരു കാര്യം പറഞ്ഞാൽ ജെസ്സി ചെയ്യാവോ?"

"എന്തു കാര്യമാ?"

ഐസക്കിന്റെ നോട്ടം കണ്ടപ്പോൾ കൈയിലിരുന്ന വേദപുസ്തകം മാറിനുമീതേ വച്ചു.

"ജെസ്സിയിനി ഹാഫ് സ്കർട്ടിടരുത്."

"അതെന്താ?" ലേശം അമ്പരപ്പോടെ ചോദിച്ചു.

ഹാഫ് സ്കർട്ടിന്റെ കാലമായിരുന്നു അത്. ചുരിദാറും മിഡിയുമൊന്നും ഫാഷനായിട്ടില്ല.

അന്ന് ഒൻപതിലോ പത്തിലോ പഠിക്കുകയാണ്.

"ജെസ്സിയുടെ ഭംഗിയുള്ള ഈ കാലുകൾ വേറാരും കാണുന്നതെനിക്കിഷ്ടമല്ല." ഐസക്ക് പറഞ്ഞു.

ചൂളിച്ചുരുങ്ങിപ്പോയി. കവിളുകളിലേക്ക് രക്തമിരച്ചുകയറുന്നത് ശരിക്കുമറിയാമായിരുന്നു.

"പോ....വിശേഷം പറയാതെ."

തിരിഞ്ഞ് നോക്കാതെ ഓടി. ഐസക്ക് പറഞ്ഞതിൽ കാര്യമുണ്ടെന്ന് ഓടുമ്പോൾ തോന്നി. മുട്ടിനുമിതേയായിരുന്നു പാവാടത്തുമ്പിന്റെ സ്പർശനമനുഭവപ്പെട്ടത്.

ഐസക്കുമായി അടുപ്പം തുടങ്ങിയിട്ടേയുള്ളായിരുന്നുള്ളൂ അന്ന്.

ചായ കുടിച്ചിട്ട് സിസ്റ്റർ ക്ളെയർ എഴുന്നേറ്റു. ഷീലാ ചെറിയാൻ ഇരുന്ന കസേരയിൽ അവളില്ല. ഗ്ലാസ്സിലെ ചായ അതേപടിയിരിക്കുന്നു.

സന്ദർശകമുറിയിലെ ക്ളോക്കിൽ മണി അഞ്ചടിച്ചു. മുകളിലേക്ക് പോകാൻ തുടങ്ങിയ സിസ്റ്റർ ക്ളെയർ സിസ്റ്റർ എമ്മ വരുന്നതുകണ്ട് നിന്നു.

"എന്താ ഇന്ന് വൈകിയെ?"

നാലുമണിക്ക് സ്റ്റോർ അടയ്ക്കും. അപ്പോൾത്തന്നെ സിസ്റ്റർ എമ്മ

കോൺവന്റിലേക്ക് പോരാറുള്ളതാണ്.

"ഇത്തിരി അക്കൗണ്ട്സ് നോക്കാനുണ്ടായിരുന്നു സിസ്റ്ററെ." സിസ്റ്റർ എമ്മ പറഞ്ഞു.

അവർ ഒന്നിച്ചാണ് കോണിപ്പടികൾ കയറിയത്.

"ചായ കുടിക്കണ്ടെ?" സിസ്റ്റർ ക്ളെയർ ചോദിച്ചു.

"സിറിയക്കച്ചൻ ചായ വരുത്തിയാരുന്നു."

മുകളിലെത്തിയപ്പോൾ സിസ്റ്റർ എമ്മ മുറിയിലേക്കുപോയി. സിസ്റ്റർ എമ്മ ഏതോ പാട്ട് മൂളുന്നുണ്ടായിരുന്നു. ആഹ്ലാദകരമായ ഗാനമായിരുന്നു അത്.

പതിനേഴാം നമ്പർ മുറി അടഞ്ഞുകിടക്കുന്നു. ഷീലാ ചെറിയാന്റെ മുറിയാണ്.

മൂന്നു പേരായിരുന്നു പതിനേഴിൽ. ഇപ്പോൾ ഷീലയെക്കൂടാതെ ദീതി നായർ മാത്രമേയുള്ളൂ. പ്രേമലത മൂന്നു മാസം മുമ്പ് വിവാഹിതയായി പോയി. അവളിപ്പൊഴും കോളജിൽ വരുന്നുണ്ടെങ്കിലും ഭർത്താവിന്റെ വീട്ടിലാണ് താമസം.

ഷീലയുമായി അത്ര അടുപ്പമില്ല. ഉണ്ടായിരുന്നെങ്കിൽ....ഉണ്ടായിരുന്നെങ്കിൽ തോമസ് മാത്യുവിനെക്കുറിച്ച് അവളോട് ചോദിക്കാമായിരുന്നോ?

ഇല്ല.

ഒരുപക്ഷേ ചോദിക്കാതെ അവൾ ഇങ്ങോട്ട് പറഞ്ഞേനെ.

സിസ്റ്റർ ക്ളെയർ മുറിയിൽ ചെന്ന് സാവധാനം കുപ്പായം മാറ്റി. എന്നിട്ട് കോൺവന്റിൽ ധരിക്കുന്ന ഉടുപ്പെടുത്തിട്ടു.

ഇനി കുളിക്കണം.

എണ്ണക്കുപ്പിയെടുത്തിട്ട് ശിരോവസ്ത്രമഴിച്ചു മാറ്റി.

കയ്യിലെടുത്താൽ പിടിമുറ്റാത്തവിധം കനത്ത മുടിയുണ്ടായിരുന്നതാണ്. വീട്ടിലുണക്കുന്ന കൊപ്ര കൊണ്ടുപോയി മില്ലിൽ ആട്ടിച്ചെടുത്ത വെളിച്ചെണ്ണ അമ്മ തലകുളിർക്കെ തേച്ചുതരും.

"നല്ലതുപോലെ തോർത്തണേ ജെസ്സീ." ഡെയ്സിയുമൊത്ത് ആറ്റിലേക്ക് കുളിക്കാൻ പോകുമ്പോൾ അമ്മ പതിവുപോലെ പറയും.

വെള്ളപ്പൊക്കമില്ലെങ്കിൽ ആറ്റിൽ നീന്തിത്തുടിച്ച് കുളിക്കും. നീന്താൻ അന്നേ ഡെയ്സിയായിരുന്നു മിടുക്കി.

ഡെൽഹിയിൽ വച്ച് നടന്ന മത്സരത്തിൽ അവൾ ആദ്യമായി മൂന്ന് സ്വർണ്ണമെഡൽ നേടിയിട്ട് തിരിച്ചെത്തിയപ്പോൾ വണ്ടിപിടിച്ച് നേരേ മഠത്തിലേക്കാണ് വന്നത്.

അന്ന് മഠത്തിൽ ചേർന്നിട്ട് അധികനാളായിരുന്നില്ല.

"ഡെൽഹിയിൽ വച്ച് ഒരു പത്രലേഖകൻ എന്നോടു ചോദിച്ചു സിസ്റ്ററേ ഈ വിജയത്തിന് ആരോടാ കടപ്പെട്ടിരിക്കുന്നതെന്ന്. ഞാനെന്നാ പറഞ്ഞതെന്നറിയാവോ?" മെഡലുകൾ കയ്യിൽ തന്നുകൊണ്ട് അവൾ ചോദിച്ചു.

"എന്താ പറഞ്ഞത്?"

"അച്ചൻകോവിലാറിന്റെ മാറത്തു കിടന്നാണ് ഞാൻ നീന്താൻ പഠിച്ചത്. വെള്ളത്തിൽ പൊങ്ങിക്കിടക്കാൻ അന്നെന്നെ താങ്ങിയത് എന്റെ മൂത്ത സഹോദരിയുടെ കൈകളാണ്. കടപ്പാട് എന്റെ അച്ചൻകോവിലാറിനോടും എന്റെ സിസ്റ്ററിനോടുമാണെന്നാ ഞാൻ പറഞ്ഞത്."

"മിടുക്കി."

നീല റിബണിൽ കോർത്ത സ്വർണ്ണമെഡലുകൾ മൂന്നും അവളുടെ കഴുത്തിലണിയിച്ചു കൊടുത്തു.

കുളി കഴിഞ്ഞ് വരുമ്പോൾ അമ്മ പിടിച്ച് നിർത്തി ഒരിക്കൽ കൂടി മുടി തോർത്തും. നനഞ്ഞ ഉടുപ്പുകൾ മാറ്റി പുതിയത് ധരിച്ചാലും ദേഹത്തുനിന്ന് പുഴയുടെ മണം പോവുകയില്ല.

ഒരുപാട് മുടിയുള്ളത് ഇഷ്ടമായിരുന്നു ഡെയ്സിക്ക്. എങ്കിലും അവൾ മുടി വളരാൻ അനുവദിക്കുമായിരുന്നില്ല. നീന്താനുള്ള സൗകര്യത്തിനു വേണ്ടി ചുമലൊപ്പം വച്ച് മുറിപ്പിക്കും.

"അമ്മാമ്മേടെ മുടി ഞാൻ പിന്നിയിട്ട് തരട്ടെ?" ചിലപ്പോൾ അവൾ ചോദിക്കുമായിരുന്നു.

ഭംഗിയായി മുടി മെടയാനറിയാമായിരുന്നു അവൾക്ക്.

ആറ്റിൽ കുളിച്ചിട്ട് കയറിവന്ന ഒരു മദ്ധ്യാഹ്നം. ഇപ്പോഴും ഓർമ്മയിലുണ്ട്. പറമ്പിലെ ഒറ്റയടിപ്പാതയിലൂടെ നടക്കുകയായിരുന്നു. കൈത്തണ്ടയിൽ തൂക്കിയിട്ട നനഞ്ഞ തുണികളുമായി മുന്നിലായിരുന്നു ഡെയ്സി.

പെട്ടെന്നവൾ നിന്നു.

"എന്താ ഡെയ്സീ?"

"ഒന്നുമില്ല. അമ്മാമ്മ നടക്ക്." അവൾ പറഞ്ഞു.

അവളെ കടന്ന് മുന്നിൽ കയറി നടന്നു. പിന്നിൽ കാൽപ്പെരുമാറ്റം കേൾക്കാത്തതുകൊണ്ട് തിരിഞ്ഞ് നോക്കിയപ്പോൾ ഡെയ്സി നിശ്ചലയായി അവിടെത്തന്നെ നിൽക്കുകയാണ്.

അപ്പോഴാണ് അതു കണ്ടത്. അവളുടെ വലതുകാലിലൂടെ ഒരു തുള്ളി ചോര ഒഴുകിയിറങ്ങുന്നു.

ഏഴാം ക്ലാസ്സിലായിരുന്നു അവളന്ന്.

പിന്നത്തെ ഞായറാഴ്ച പള്ളിയിൽ പോകുമ്പോൾ തലയിലിടാൻ അമ്മയവൾക്കൊരു ഭംഗിയുള്ള വെള്ള നൈലോൺ കവിണി വാങ്ങിക്കൊടുത്തു. വെള്ളപ്പൂക്കൾ തുന്നിയതും നാലരികിലും ചിത്രപ്പണികളുള്ളതുമായ തൂമഞ്ഞുപോലെ നേർത്ത ഒരു ശിലോവസ്ത്രമായിരുന്നു അത്.

"എന്തിനാമ്മേ എനിക്കിത്?" അതിഷ്ടമായെങ്കിലും ഡെയ്സി ചോദിച്ചു.

"പ്രാർത്ഥിക്കുമ്പം പെണ്ണുങ്ങൾ തലമറയ്ക്കണം മോളേ." അമ്മ പറഞ്ഞു.

ഇനി അവൾ വെറും കുട്ടിയല്ല. സ്ത്രീയാണ്.

വേദപുസ്തകം വായിക്കുന്നതിനിടയിൽ പിന്നീടെന്നോ ആണ് അമ്മ പറഞ്ഞതിന്റെ പൊരുൾ വാക്യങ്ങളായി കണ്ടത്.

മൂടുപടമില്ലാതെ പ്രാർത്ഥിക്കുകയോ പ്രവചിക്കുകയോ ചെയ്യുന്ന ഏതു സ്ത്രീയും തന്റെ തലയെ അപമാനിക്കുന്നു. അത് അവൾ ക്ഷൗരം ചെയ്യുന്നത് പോലെയല്ല. സ്ത്രീ മൂടുപടമിടുന്നില്ലെങ്കിൽ മുടി കത്രിച്ചു കളയട്ടെ. കത്രിക്കുന്നതോ സ്ത്രീയ്ക്ക് ലജ്ജയെങ്കിൽ മൂടുപടം ഇട്ടുകൊള്ളട്ടെ.

ചെറിയ മുഖക്കണ്ണാടിയിൽ സിസ്റ്റർ ക്ളെയർ തന്റെ പ്രതിഫലനം നോക്കി. മുടിക്ക് പഴയ നീളമില്ല. കാറ്റും വെളിച്ചവും ഏല്ക്കാത്തതുകൊണ്ടു തിളക്കമില്ല. അന്യദൃഷ്ടി പതിയാത്തതുകൊണ്ട് ഓജസ്സില്ല...

സിസ്റ്റർ ക്ളെയർ ദേഹം കുളിർക്കെ തണുത്ത വെള്ളത്തിൽ കുളിച്ചു മുടിയുണങ്ങിയപ്പോൾ ശിരോവസ്ത്രം ധരിച്ചു. സന്ധ്യാവന്ദനത്തിന് പ്രേയർ ഹാളിലേക്ക് പോയി.

നാളെ ശനി. ഉച്ചകഴിഞ്ഞ് ശിവമോഹൻ വരും.

പ്രാർത്ഥിക്കുമ്പോൾ അക്കാര്യമായിരുന്നു മനസ്സിൽ ഏകാഗ്രത പോരാ. മനസ്സ് നിലയ്ക്ക് നിൽക്കുന്നില്ല.

പ്രാർത്ഥനാ ഹാളിൽ നിന്നിറങ്ങുമ്പോൾ സിസ്റ്റർ എമ്മ ഒപ്പം വന്നു.

“ഇരുപത്തിനാലാം തീയതിയാ ധ്യാനം തുടങ്ങുന്നെ. സിസ്റ്റർ പോകുന്നുണ്ടോ?” സിസ്റ്റർ എമ്മ ചോദിച്ചു.

“ആരാ പറഞ്ഞെ ഇരുപത്തിനാലിനാണെന്ന്?”

“സിറിയക്കച്ചൻ. എന്നോടു ചോദിച്ചു ചെല്ലുന്നുണ്ടോയെന്ന്. ഞാൻ പറഞ്ഞു ചെല്ലാമെന്ന്. ഏലിയാസച്ചൻ പെർമിഷൻ തരുമോന്നാ എനിക്ക്. തരാണ്ടിരിക്കുമോ? ധ്യാനത്തിന് പോവാനല്ലേ?”

പ്രിൻസിപ്പലാണ് ഏലിയാസച്ചൻ. ഒരാഴ്ചത്തെ ധ്യാനമുണ്ട്. ധ്യാനത്തിന് പോകാൻ പെർമിഷൻ കിട്ടിയാൽ ലീവെടുക്കാതിരിക്കാം.

“സിസ്റ്റർ വരുന്നുണ്ടോയെന്ന് ചോദിക്കാൻ സിറിയക്കച്ചൻ പറഞ്ഞു.”

സിസ്റ്റർ ക്ളെയർ സിസ്റ്റർ എമ്മയുടെ മുഖത്തേക്കു നോക്കി. സിസ്റ്റർ എമ്മ മറ്റെന്തോ ഓർത്തുകൊണ്ട് നടക്കുകയായിരുന്നു.

“സിറിയക്കച്ചന്റെ കൂടെ സംസാരിച്ചിരുന്നാൽ സമയം പോകുന്നതറിയത്തില്ല സിസ്റ്ററേ. എന്തെല്ലാം തമാശയാ അച്ചൻ പറയുന്നതെന്നറിയാമോ...” ഓർത്തപ്പോൾ സിസ്റ്റർ എമ്മയ്ക്ക് ചിരി വന്നു.

“ഇനിയുമുണ്ടല്ലോ രണ്ടാഴ്ച. വരാൻ നോക്കാം. ധ്യാനം മുടക്കരുതെന്നാ എന്റെയും ആഗ്രഹം.” സിസ്റ്റർ ക്ളെയർ പറഞ്ഞു.

നാളെ ശനി. ക്ലാസില്ലാത്തതുകൊണ്ട് അത്യാവശ്യമായ ഒന്നും വായിക്കണ്ട. ക്ലാസിനുവേണ്ടി തയ്യാറെടുപ്പ് നടത്തേണ്ട. വേണമെങ്കിൽ നേരത്തേ കിടന്നുറങ്ങാം.

മേശപ്പുറത്ത് മറുപടിയെഴുതാൻ മൂന്നു കത്തുകൾ കിടപ്പുണ്ട്. ഒന്ന് മദർ എജീദിയയുടേത്. മറ്റേത് ഡെയ്സിയുടേയും മേരി പോൾ റൊമാരി

യായുടേതും.

ആ ജോലി തീർത്തേക്കാം.

റൈറ്റിംഗ് പാഡെടുത്ത് മദറിനും ഡെയ്സിക്കും മറുപടിയെഴുതി. അധികം വൈകാതെ ഒരു ദിവസം മദറിനെ കാണാമെന്നെഴുതി. ഡെയ്സി ഗർഭിണിയാണ്. അവളുടെ ആരോഗ്യത്തിന് പ്രാർത്ഥിക്കാമെന്നെഴുതി.

അപ്പോഴേക്കും അത്താഴത്തിനുള്ള മണി മുഴങ്ങി.

മേരിക്ക് വന്നിട്ടെഴുതാം.

സിസ്റ്റർ പുറത്തേക്കിറങ്ങി വാതിലടച്ചു.

കോണിപ്പടിയുടെ നേർക്ക് നടക്കുമ്പോഴാണ്. പതിനേഴാം നമ്പർ മുറിയിൽ നിന്നും ഒരു തേങ്ങൽ കേട്ടത്.

കേട്ടതാണോ അതോ തോന്നിയതാണോ?

വാതിൽ അടഞ്ഞുകിടക്കുകയാണ്.

ആദ്യം ഒന്നു മടിച്ചെങ്കിലും സിസ്റ്റർ മൃദുവായി വാതിൽ രണ്ടു തവണ മുട്ടി.

പ്രതീക്ഷിച്ചതിലും വൈകിയാണ് വാതിൽ തുറക്കപ്പെട്ടത്. കരഞ്ഞു കലങ്ങിയ കണ്ണുകളുമായി ഷീല.

"എന്തു പറ്റി ഷീലാ?"

"ഒന്നുമില്ല സിസ്റ്റർ....ഒരു തലവേദന." അവൾ പറഞ്ഞു.

സിസ്റ്ററിന്റെ നോട്ടം നേരിടാനാവാതെ അവൾ പെട്ടെന്ന് കണ്ണുകൾ താഴ്ത്തി. അവൾ പറഞ്ഞത് കളവാണെന്ന് സിസ്റ്റർക്ക് മനസ്സിലായി. സിസ്റ്റർക്കത് മനസ്സിലായെന്ന് അവൾക്കും മനസ്സിലായി.

"ഷീല കരഞ്ഞോ?"

"ഇല്ല."

"ശബ്ദം കേട്ടു. അതാണ്...."

അവൾ ഒന്നും പറഞ്ഞില്ല.

"ടാബ്ലറ്റ് വല്ലതും വേണോ?"

"വേണ്ട സിസ്റ്റർ. എന്റെ കൈയിലുണ്ട്. താങ്ക്സ്."

മുറിയിൽ അവൾ തനിച്ചായിരുന്നു.

"ദീപ്തിയെവിടെ?" സിസ്റ്റർ ചോദിച്ചു.

"കഴിക്കാൻ പോയി."

"ഷീല പോകുന്നില്ലേ?"

"വിശപ്പില്ല."

സിസ്റ്ററിന് പിന്നെയൊന്നും ചോദിക്കാനുണ്ടായിരുന്നില്ല. ഷീല ഒന്നും പറഞ്ഞുമില്ല.

"തലവേദന കൂടുതലാണെങ്കിൽ പറയണം."

അവൾ തലകുലുക്കി.

"എന്നാൽ ഷീല കിടന്നോളൂ."

സിസ്റ്റർ തിരിഞ്ഞ് നടന്നു. പിന്നിൽ വാതിൽ അടഞ്ഞു.

കോണിപ്പടികളിറങ്ങുമ്പോഴാണ് സിസ്റ്ററിന്റെ മനസ്സിൽ പൊടുന്നനെ ഒരു ഭീതി വന്നുനിറഞ്ഞത്.

ഷീലയെ അങ്ങനെ അവഗണിക്കുന്നത് ശരിയാണോ? അവളെക്കുറിച്ച് അറിയാവുന്ന കാര്യങ്ങൾ മദർ റോസ്‌ലിനോട് പറയണ്ടെ?

അതോ ഷീലയോടുതന്നെ സംസാരിക്കുകയാണോ വേണ്ടത്?

സിസ്റ്റർ ക്ളെയറിന് ഒന്നും തീരുമാനിക്കാൻ കഴിഞ്ഞില്ല.

ഏഴ്

സിസ്റ്റർ ക്ളെയർ മെല്ലെ കോണിപ്പടികൾ കയറി മുറിയിലേക്ക് നടന്നു. ഫോൺ ചെയ്തിട്ട് ഒന്നും മിണ്ടാതെ റസീവർ വച്ചതാരാണെന്ന് ഫാദർ സിറിയക്ക് മനസ്സിലാക്കുമോ? അതായിരുന്നു അപ്പോഴത്തെ ആധി.

എന്തിനാണ് വെറുതേ ആധിപിടിക്കുന്നത്? ഹൃദയം വൃഥാ വിറകൊള്ളുന്നത്? സ്വന്തം മനസ്സിനെ സിസ്റ്റർ സ്വയം ശാസിച്ചു.

കോളജിലേക്ക് പോകാനായി സിസ്റ്റർ എമ്മ അപ്പോൾ ഇടനാഴിയിലേക്കിറങ്ങിവന്നു. സിസ്റ്റർ എമ്മയുടെ നെറ്റിക്ക് മുകളിലെ മുടിച്ചുരുളുകൾ ശിരോവസ്ത്രത്തിന് പുറത്തേയ്ക്ക് ധൈര്യപൂർവ്വം ഇറങ്ങിനിന്നിരുന്നു. ഭംഗിയായി ചീകിവച്ച മുടിയുടെ മുൻഭാഗം വെളിയിൽ ദൃശ്യമായിരുന്നു.

“ഉച്ച കഴിഞ്ഞ് സിസ്റ്ററിവിടെ കാണുമോ?”

സിസ്റ്റർ എമ്മ ചോദിച്ചു.

“കാണും....പിന്നെ ഞാനെവിടെപ്പോകാനാ?”

സിസ്റ്റർ ക്ളെയർ തിരിച്ചു ചോദിച്ചു.

“റേഡിയേഷൻ ട്രീറ്റ്മെന്റൊക്കെ കഴിഞ്ഞ് നമ്മടെ ഗീവർഗീസച്ചന്റെ അപ്പനെ വീട്ടിൽ കൊണ്ടുവന്നിട്ടുണ്ട്. ഇന്നോ നാളെയോന്നു പറഞ്ഞ് കിടക്കുവാ. നമുക്കൊന്നുപോയി കാണണ്ടായോ?”

കോളജിലെ ചാപ്ലിനാണ് ഗീവർഗസച്ചൻ. അപ്പന്റെ വായിൽ വന്ന അർബുദത്തെ ചികിത്സിച്ചു ഭേദമാക്കാൻ കൊണ്ടുപോകാത്ത ക്യാൻസർ സെന്ററുകളില്ല. എല്ലായിടത്തുനിന്നും തള്ളി. ഒടുവിൽ വീട്ടിൽ തിരിച്ചു കൊണ്ടുവന്നിരിക്കുന്നു.

“സിറിയക്കച്ചൻ പോയി കണ്ടിട്ടുവന്ന് പറഞ്ഞപ്പഴാ ഞാനറിയുന്നെ. സിസ്റ്റർ വരുന്നുണ്ടോ? മൂന്നുമണിയാകുമ്പം നമുക്ക് പോകാം. സിസ്റ്റർ ഏഞ്ചലയും വരുന്നെന്ന് പറഞ്ഞു.”

നാലുമണിക്കുമുമ്പ് ശിവമോഹൻ വരും. ഗീവർഗീസച്ചന്റെ അപ്പനെ കാണാൻ പോയാൽ അവൻ വരുമ്പോൾ ഇവിടെയുണ്ടാവില്ല. അവൻ തിരിച്ചുപോകും.

അവനെ ഒഴിവാക്കാൻ നല്ലൊരു മാർഗ്ഗമാണത്.

“ഞാനും വരാം സിസ്റ്ററേ.” സിസ്റ്റർ ക്ളെയർ പെട്ടെന്ന് പറഞ്ഞു.

“ഒന്നും ഒന്നും രണ്ട് മണിക്കൂർ ബസ്യാത്ര. അവിടെച്ചെന്നും കുറച്ചു നേരം ഇരിക്കണ്ടായോ. ആറുമണിയാകുമ്പഴത്തേക്ക് നമുക്കിങ്ങ് തിരിച്ചുവരാൻ പറ്റും.”

“മദറിനോട് പറഞ്ഞോ?”

“ഓ...ഇന്നലെ ഞാൻ പെർമിഷൻ വാങ്ങിച്ചിട്ടുണ്ട്.”

സിസ്റ്റർ എമ്മ പോയി.

വരാന്തയുടെ കൈവരിയിൽ പിടിച്ചുകൊണ്ട് സിസ്റ്റർ ക്ളെയർ പുറത്തേക്ക് നോക്കി. വെയിലിന് തെളിച്ചം കൂടിവരുന്നു. നമ്രശിരസ്കയായി ഒരു പെൺകുട്ടി പനിനീർച്ചാമ്പയുടെ ചുവട്ടിലൂടെ നടന്നുപോകുന്നു. അത് ഷീലാ ചെറിയാനായിരുന്നു.

വരുമ്പോൾ കണ്ടില്ലെങ്കിൽ ശിവമോഹൻ തിരിച്ചുപോകുമോ? അതോ സന്ദർശകമുറിയിലെ കസേരകളിലൊന്നിൽ ആറുമണിവരെ കാത്തിരിക്കുമോ?

“കുന്നുമ്മൽ പള്ളീലെ പെരുന്നാളാ ബുധനാഴ്ച. ഐസക്ക് വരുന്നുണ്ടോ? ഞങ്ങൾ പോകുന്നുണ്ട്.” സൺഡേ സ്കൂൾ കഴിഞ്ഞ് ഇറങ്ങുമ്പോഴാണ് പറഞ്ഞത്.

“ഞങ്ങളെന്നു പറഞ്ഞാൽ ജെസ്സിയും ഡെയ്സിയുമാണോ?”

“ഡെയ്സി വരുന്നില്ല. അവൾക്ക് കുന്നുകയറാൻ വയ്യാന്ന്. മേഴ്സിയും ഞാനും കൂടാ പോകുന്നത്.”

കൂട്ടുകാരിയായിരുന്നു മേഴ്സി. അവൾക്ക് കാര്യങ്ങളെല്ലാം അറിയാം. എന്നുതന്നെയല്ല ഐസക്കിനെ കാണാനും സംസാരിക്കാനുമുള്ള ഒത്താശകൾ ചെയ്തുതരാനും ഇഷ്ടമായിരുന്നു.

“എപ്പഴാ പോകുന്നെ?” ഐസക്ക് ഉത്സാഹത്തോടെ ചോദിച്ചു.

“രണ്ടുമണിയാകുമ്പം ഞങ്ങൾ അത്താണിക്കവലയിൽ വരാം. അവിടെ നിന്നാ മതി ഞങ്ങൾ വരാനിത്തിരി വൈകിയാലും ഐസക്ക് അവിടെത്തന്നെ നില്ക്കണം. പൊയ്ക്കളരുത്.”

അത്താണിക്കവലയിൽ ബസ്സിറങ്ങിയിട്ട് മൂന്നുനാഴിക നടക്കണം കുന്നുമ്മേൽ പള്ളിയിലേയ്ക്ക്. കുന്നുചുറ്റിപ്പോകുന്ന ചമ്മൺപാത. പാതയ്ക്കിരുവശത്തും തമ്പടിച്ച വഴിവാണിഭക്കാർ. താഴേക്കും മുകളിലേയ്ക്കും ഒഴുകുന്ന ആൾക്കൂട്ടം.

ഐസക്കിനോടൊപ്പം ആൾത്തിരക്കിനിടയിൽ മൂന്നുനാഴിക കൈകോർത്തുനടക്കാം. മേഴ്സിയായിരുന്നു പദ്ധതിയുടെ സൂത്രധാര,.

ഐസക്ക് സസന്തോഷം സമ്മതിച്ചു.

പെരുന്നാൾ ദിവസം രാവിലേ മേഴ്സിയുടെ കുഞ്ഞാങ്ങള ടോമി വീട്ടിൽ വന്നു.

“മേഴ്സീമ്മാമ്മ പെരുന്നാളിനു പോകാൻ വരത്തില്ലെന്നു പറയാമ്പറഞ്ഞു. വയറുവേദനയാ.”

ഇനിയെന്ത് ചെയ്യും. പെരുന്നാളിന് പോകാൻ സാധിക്കില്ലല്ലോ എന്ന

വിഷമത്തേക്കാളേറെ ദുഃഖിപ്പിച്ചത് ഐസക്ക് കാത്തുനിന്നു മുഷിയുമല്ലോ ഓന്ന ഓർമ്മയാണ്.

"അമ്മാമ്മ വിഷമിക്കേണ്ട. ഞാനും കൂടി വരാം." നിരാശ കണ്ടപ്പോൾ ഡെയ്സി പറഞ്ഞു.

ഐസക്കിനോട് ഉള്ളുതുറന്ന് സംസാരിക്കാൻ പറ്റില്ലെങ്കിലും വെറുതേ കാണുകയെങ്കിലും ചെയ്യാമല്ലോ. സന്തോഷമായി.

"ഞാനും വരാമെടീ ജെസ്സീ. ഒരുപാടു നാളായി കുന്നുമ്മൽ പള്ളീലെ പെരുന്നാളുകൂടാൻ പോയിട്ട്." ഉച്ചയ്ക്ക് പോകാനിറങ്ങിയപ്പോൾ അമ്മ പറഞ്ഞു.

അതോടെ വീണ്ടും മനസ്സിടിഞ്ഞു. അമ്മ വന്നാൽ ദൂരെ നിന്ന് ഐസക്കിനെ ഒന്ന് കാണാൻ സാധിച്ചേക്കുമെന്നല്ലാതെ ഒരക്ഷരം മിണ്ടാൻ പറ്റില്ല.

അമ്മയും ഡെയ്സിയുമൊത്ത് പെരുന്നാള് കാണാനിറങ്ങി. വിചാരിച്ചതിലും നേരത്തേയാണ് വീട്ടിൽ നിന്നിറങ്ങിയത്. ഒന്നരയായപ്പോൾ അത്താണിക്കവലയിലെത്തി. നോക്കിയപ്പോൾ ഐസക്ക് എത്തിയിട്ടില്ല.

മനസ്സില്ലാമനസ്സോടെയാണ് കുന്നുകയറിയത്.

"ആരെയാ അമ്മാമ്മ നോക്കുന്നെ?" ഇടയ്ക്കിടയയക്ക് തിരിഞ്ഞ് നോക്കുന്നത് കണ്ടപ്പോൾ ഡെയ്സി ചോദിച്ചു.

"ഓ....ഒന്നുമില്ലെടീ."

രണ്ടുമണികഴിയുമ്പോൾ ഐസക്ക് പള്ളിയിലേക്ക് വരും എന്നായിരുന്നു പ്രതീക്ഷ പള്ളിയിലെത്തിയെങ്കിലും ഒന്നും കാണുകയോ കേൾക്കുകയോ ചെയ്തില്ല.

കണ്ണുകൾ ആൾക്കൂട്ടത്തിൽ പരതുകയായിരുന്നു.

എവിടെ ഐസക്....എവിടെ ഐസക്...

പള്ളിപ്പറമ്പിലെ കച്ചവടക്കാരിൽനിന്നും അമ്മ ഈന്തപ്പഴവും പനച്ചക്കരയും വാങ്ങിത്തന്നു. ഈന്തപ്പഴം വലിയ ഇഷ്ടമായിരുന്നു. ഡെയ്സിക്ക് പനച്ചക്കരയായിരുന്നു പ്രിയം.

മീൻകറി വരയ്ക്കാൻ അമ്മ ഒരു പുതിയ കൽച്ചട്ടിയും വാങ്ങിച്ചു.

വെയിൽ താഴ്ന്നപ്പോഴാണ് കുന്നിറങ്ങിയത്. മുകളിലേക്ക് കയറിവന്ന ആളുകൾക്കിടയിൽ പിന്നെയും കണ്ണുകൾ ഐസക്കിനെ തെരഞ്ഞു.

താഴെ വീണ്ടും അത്താണിക്കവലയിലെത്തിയപ്പോൾ ഐസക്കിനെ കണ്ടു. വിങ്ങിത്തുടുത്ത മുഖവും ചുവന്ന കണ്ണുകളുമായിട്ട്.

രണ്ടു മണിമുതൽ ഒരേ നിൽപ്പ് നിൽക്കുകയായിരുന്നു ഐസക്. നിരാശയും കോപവും ഐസക്കിന്റെ മുഖത്തുണ്ടായിരുന്നു.

"പോ...പോ...എന്നോടു നീ മിണ്ടണ്ട."

അടുത്തേക്ക് ചെന്നപ്പോൾ ഐസക്ക് വേഗം തിരിഞ്ഞു നടന്നു.

അന്നു കണ്ട ഐസക്കിന്റെ മുഖത്തെ വേദന ഒരിക്കലും മറക്കാൻ പറ്റില്ല.

പിന്നീട് കണ്ടപ്പോൾ സംഭവിച്ചതെല്ലാം പറഞ്ഞ് മനസ്സിലാക്കിയിട്ടും ക്ഷമിക്കാൻ തയ്യാറായില്ല ഐെസക്ക്. എന്തൊരു വാശിയായിരുന്നു ഐെസക്കിന്.

വരാമെന്ന് പറഞ്ഞിട്ട് വരാതെ ഒരു സന്ധ്യ മുഴുവൻ വാഴത്തോപ്പിൽ കാത്തുനിർത്തി ശിക്ഷിച്ചിട്ടാണ് ഐെസക്ക് പകരം വീട്ടിയത്.

മൂന്നുമണിയായപ്പോൾ സിസ്റ്റർ എമ്മയും സിസ്റ്റർ ഏഞ്ചലയും കൂടി മുറിയിലേക്ക് വന്നു. കിടക്കുകയായിരുന്നു അപ്പോൾ.

"എന്താ സിസ്റ്ററേ സുഖമില്ല?"

"ഒരു തലവേദന പോലെ..." സിസ്റ്റർ ക്ളെയർ പറഞ്ഞു.

സിസ്റ്റർ ഏഞ്ചല നെറ്റിയിൽ കൈപ്പടം വച്ചുനോക്കി. മഞ്ഞുപോലെ തണുത്ത വിരലുകളായിരുന്നു സിസ്റ്റർ ഏഞ്ചലയുടേത്. വിരലുകൾ നെറ്റിയിൽ നിന്നെടുക്കാതിരുന്നെങ്കിൽ എന്നാശിച്ചുപോയി.

"ചൂടൊന്നുമില്ല. എന്നാലും വയ്യെങ്കിൽ സിസ്റ്റർ കിടന്നോ. വെയിലുകൊണ്ട് വെറുതേ നീരിളക്കം വരുത്തണ്ടാ."

സിസ്റ്റർ ഏഞ്ചല പറഞ്ഞു.

തല കുലുക്കുക മാത്രമേ ചെയ്തുള്ളൂ.

അവർ പോയപ്പോൾ സിസ്റ്റർ ക്ളെയർ ചരിഞ്ഞുകിടന്ന് തലയിണയിൽ കവിളമർത്തി.

എന്തെങ്കിലും കള്ളം പറഞ്ഞോ?

ഇല്ല. നേരിയ തലവേദനയുണ്ടെന്ന് പറഞ്ഞു. അത് നേരുതന്നെയാണ്.

ഗീവർഗീസച്ചന്റെ അപ്പനെ കാണാൻ വരുന്നില്ലെന്ന് പറഞ്ഞോ?

ഇല്ല. സുഖമില്ലെങ്കിൽ വരണ്ടാ എന്ന് അവർ തന്നെയാണ് നിർദ്ദേശിച്ചത്.

സിസ്റ്റർ ക്ളെയർ എഴുന്നേറ്റ് ജനാലയുടെ അടുത്തേക്ക് ചെന്നു. നിവർത്തിപ്പിടിത്ത രണ്ട് കുടകളാണ് ആദ്യം കണ്ടത്. എന്തോ പറഞ്ഞു ചിരിച്ചുകൊണ്ട് അവർ ഗേറ്റ് കടന്നുപോകുന്നു. സിസ്റ്റർ എമ്മയുടെ കുപ്പായത്തിനാണ് ഇറക്കം കുറവ്. തവിട്ടുനിറത്തിലുള്ള പ്ലാസ്റ്റിക്ക് ചെരുപ്പുകൾ പാദങ്ങളിൽ ഇറുകിപ്പിടിച്ചുകിടക്കുന്നു.

മുറിയിലേക്ക് കടന്നുവന്ന ചൂടുകാറ്റിൽ നിന്ന് വെയിലിന്റെ കാഠിന്യം അറിയാൻ കഴിഞ്ഞു. കഴുത്തിൽ നിന്ന് ഒരു തുള്ളി വിയർപ്പ് ഉള്ളിലേക്കൊഴുകിയിറങ്ങി.

തണുത്ത വെള്ളത്തിൽ കുളിച്ചാൽ ശരീരത്തിന്റെ ചൂട് കുറഞ്ഞുകിട്ടും. പക്ഷേ ചൂടുകാരണം രാത്രിയാകുമ്പോഴേക്കും വീണ്ടും വിയർക്കും. ഉറങ്ങുംമുമ്പ് ഒരിക്കൽ കൂടി മേൽ കഴുകേണ്ടിവരും. എന്നാലും സാരമില്ല.

ഉച്ചകഴിഞ്ഞുള്ള നേരമായതിനാൽ കുളിമുറികളെല്ലാം ഒഴിവായിരുന്നു. എന്നിട്ടും സിസ്റ്റർ ക്ളെയർ കുളിക്കാൻ അധികനേരമെടുത്തില്ല.

മുടിയുണക്കി ചീകിവച്ച് പുതിയ കുപ്പായം ധരിച്ച് മെല്ലെ താഴേക്കിറങ്ങി മെസ്സ് ഹാളിലേക്കു ചെന്നു. തണുത്ത വെള്ളത്തിലുള്ള കുളി തലവേദനയെ ഒഴുക്കിക്കളഞ്ഞിരുന്നു.

ചായ കുടിച്ചുവരുമ്പോൾ സന്ദർശകമുറിയിൽ ആരെയോ കാണാനെത്തിയ പ്രായമായ ഒരു സ്ത്രീയും അത്രതന്നെ പ്രായമാകാത്ത ഒരു പുരുഷനും കാത്തിരിക്കുന്നുണ്ടായിരുന്നു. ഫ്ളവർ വേസിലെ വയലറ്റ് ആസ്റ്ററുകൾക്ക് വാട്ടം തട്ടിയിരുന്നു.

മുറിയിലെത്തി സിസ്റ്റർ ഇനാലയ്ക്കരികിലേക്ക് കസേര നീക്കിയിട്ടു കോൺവെന്റിന്റെ ആ ബ്ളോക്ക് കിഴക്കുപടിഞ്ഞാറേ ദിശയിലായിരുന്നതിനാൽ ഒരു നേരത്തും വെയിൽ മുറിയിലേക്കു കടക്കുകയില്ല. ജനാലയുടെ അടുത്തിരുന്നാൽ നല്ല വെളിച്ചവും കിട്ടും.

പക്ഷികളുടെ ദേശാന്തരഗമനത്തെക്കുറിച്ചുള്ള പുസ്തകവുമെടുത്തുകൊണ്ട് സിസ്റ്റർ വന്ന് കസേരയിലിരുന്നു. കോളജിന്റെ ക്ളോക്ക് ടവറിൽ നാലുമണികഴിഞ്ഞ് അഞ്ചുമിനിട്ടായിരുന്നു. കൂറ്റൻ ക്ളോക്കിന്റെ വലിയ സൂചി ഓരോ മിനിറ്റിലേക്കും ചാടുന്നത് വ്യക്തമായി കാണാം.

ഗേറ്റു കടന്ന് രണ്ട് പെൺകുട്ടികൾ അകത്തേക്ക് കയറിപ്പോയി.

യൂറോപ്പിൽ മഞ്ഞുകാലം തുടങ്ങുന്നതിനു തൊട്ടുമുൻപ് ഏഷ്യവൻകരയിലേക്ക് പറക്കലാരംഭിക്കുന്ന രണ്ടിനം പക്ഷികളുടെ പേര് സിസ്റ്റർ നോട്ടുബുക്കിൽ കുറിച്ചിട്ടു.

ആദ്യം വീഴുന്ന മഞ്ഞ് തൂവെണ്ണപോലെ ഓക്കുമരത്തലപ്പുകളിൽ ശേഖരിക്കപ്പെടുമ്പോൾ ആ പക്ഷികൾ ഏതാണ്ട് ആയിരം കിലോമീറ്ററോളം ദൂരം പിന്നിട്ടുകഴിഞ്ഞിരിക്കും.

ജീൻസ് ധരിച്ച് കറുത്ത കണ്ണടവച്ച ഒരു ചെറുപ്പക്കാരൻ മോട്ടോർകൈക്കിളോടിച്ച് അകത്തേക്ക് കയറിപ്പോയി. അയാൾ പോയ വഴിയേ അവശേഷിച്ച നീലപ്പുക സാവധാനമാണ് അന്തരീക്ഷത്തിൽ അലിഞ്ഞില്ലാതായത്.

യാത്രയാരംഭിക്കുന്നതിനെതിരേ തൊട്ടുമുമ്പുള്ള കാലം തീവ്രമായ ഭക്ഷണസമ്പാദനത്തിന്റേതാണ്. ഇക്കാലത്ത് ഓരോ പക്ഷിയും അതിന്റെ ശരീരഭാഗത്തിന്റെയത്രയും തന്നെ ആഹാരം അകത്താക്കുന്നു. നീണ്ട പറക്കലിന് വേണ്ട ഊർജ്ജം സംഭരിച്ചുവെയ്ക്കാൻവേണ്ടിയാണ് അവ ഇതു ചെയ്യുന്നത്. ത്വക്കിനടിയിലെ സ്നേഹഗ്രന്ഥികളിൽ കൊഴുപ്പിന്റെ രൂപത്തിലാണ് ഊർജ്ജസംഭരണം.

ഒരു ചുവന്ന കാർ ഒഴുകിവന്ന് മെല്ലെ ഗേറ്റുകടന്ന് അകത്തേക്ക് കയറിപ്പോയി. ഉയർന്നുപൊങ്ങിയ പൊടിപടലം അമർന്നപ്പോൾ പാതവക്കിൽ ഉപേക്ഷിക്കപ്പെട്ട ഒരു ഭക്ഷണപ്പാക്കറ്റ് കണ്ടു.

ക്ളോക്കിലെ വലിയ സൂചി നാല് എന്ന അക്കത്തിലേക്ക് ഒരു ചലനത്തോടെ വീണു.

മെക്സിക്കോടെ തീരപ്രദേശത്ത് വസിക്കുന്ന ഒരിനംപക്ഷി വസന്ത

കാലാരംഭത്തിൽ...

വെള്ളഷർട്ടും കറുത്ത കരയുള്ള വെള്ളമുണ്ടും ധരിച്ച ഒരു മെലിഞ്ഞ രൂപം ഗേറ്റിനടുത്തേക്ക് വന്ന് ഒന്ന് സംശയിച്ചുനിന്നു. ചൂണ്ടുവിരൽ അകത്തേക്ക് മടക്കിവച്ച് സിസ്റ്റർ ക്ളെയർ വർദ്ധിച്ച ഹൃദയമിടിപ്പോടെ പുസ്തകമടച്ചു.

അലക്ഷ്യമായിട്ടാണ് അവൻ ഷർട്ടിന്റെ കൈകൾ കൈമുട്ടുവരെ മടക്കിവച്ചിരുന്നത്. അവന്റെ മുണ്ട് കാറ്റിൽ ചെറുതായി ചലിക്കുന്നുണ്ടായിരുന്നു.

മുകളിലേക്ക് വെറുതേ കണ്ണുകളൊന്നുയർത്തിനോക്കിയിട്ട് അവൻ സാവധാനം ഗേറ്റുകടന്ന് അകത്തേക്ക് കയറിപ്പോയി. ഗേറ്റിനടുത്ത് വളർന്നു പന്തലിച്ചുനിൽക്കുന്ന പനിനീർച്ചാമ്പയുടെ ശിഖരങ്ങൾ അവനെയും കാഴ്ചയിൽനിന്നു മറച്ചു.

ടവർ ക്ളോക്കിലെ വലിയ സൂചിയുടെ ചലനത്തിൽ മാത്രം ദൃഷ്ടിയുറപ്പിച്ച് സിസ്റ്റർ ക്ളെയർ ഇരുന്നു. കൃത്യം ആറുമിനിട്ട് കഴിഞ്ഞപ്പോൾ തുറന്നുകിടന്ന വാതിലിൽ പിടിച്ചുകൊണ്ട് കുഞ്ഞന്നാമ്മ വിളിച്ചു.

“സിസ്റ്ററേ...”

സിസ്റ്റർ തലതിരിച്ചുനോക്കി.

“ആരാണ്ട് സിസ്റ്ററേ കാണാൻ വന്നേക്കുന്നു.”

“ആരാ കുഞ്ഞന്നാമ്മേ?”

“ആ എനിക്കറിയാമ്മേല...കണ്ടിട്ട് കോളജിൽ പഠിക്കുന്ന ചെറുക്കനാണെന്നാ തോന്നുന്നെ.”

തിരക്കുണ്ടായതുകൊണ്ടാവാം കുഞ്ഞന്നാമ്മ പിന്നെ നിന്നില്ല.

ക്ളോക്കിലെ സൂചി രണ്ടുതവണ കൂടി ചലിച്ചതിനുശേഷമാണ് സിസ്റ്റർ ക്ളെയർ എഴുന്നേറ്റത്.

ടവ്വലെടുത്ത് മുഖം ഒന്നമർത്തിത്തുടച്ചു. അരപ്പട്ട പിടിച്ച് നേരെയാക്കി. എന്നിട്ട് കോണിപ്പടികൾ ഓരോന്നായി ഇറങ്ങി.

സൺഷെയ്ഡിലെ ഹൂക്കിൽ തൂക്കിയിട്ടിരുന്ന ചെടിച്ചെട്ടിയിൽ നിന്ന് താഴേക്ക് വളർന്നിറങ്ങിയ ക്രീപ്പറിന്റെ പച്ചില നുള്ളിമണത്തുകൊണ്ട് വരാന്തയിൽ നിൽക്കുകയായിരുന്നു ശിവമോഹൻ.

സിസ്റ്ററെ കണ്ടപ്പോൾ അവൻ ജാള്യതയോടെ കയ്യിലുണ്ടായിരുന്ന ഇല നിലത്തിട്ടു. ഉള്ളിൽ പൊടിഞ്ഞ പുഞ്ചിരി ചുണ്ടുവരെ എത്തിക്കാതെ സിസ്റ്റർ സന്ദർശകമുറിയിലേക്ക് നോക്കി.

നാലഞ്ചു കസേരകൾ മാത്രം ഒഴിവുണ്ട്.

“ശിവമോഹൻ വരൂ.”

നിർബന്ധിച്ചപ്പോഴാണ് ശിവമോഹൻ ഒരു കസേരയിലിരുന്നത്. തൊട്ടടുത്ത കസേരയിൽ സിസ്റ്ററും ഇരുന്നു.

അടുത്ത കസേരയിലുണ്ടായിരുന്ന ജീൻസ് ധരിച്ച ചെറുപ്പക്കാരൻ താഴ്ന്ന സ്വരത്തിൽ ഇംഗ്ലീഷിലാണ് തൊട്ടടുത്തിരുന്ന പെൺകുട്ടിയോട്

സംസാരിക്കുന്നത്. പേരറിയാത്ത ഏതോ വിദേശസുഗന്ധം മുറിയിൽ തങ്ങിനിന്നിരുന്നു.

പെട്ടെന്ന് എന്തോ ഓർമ്മ വന്നതുപോലെ സിസ്റ്റർ ക്ളെയർ ശിവമോഹന്റെ മുഖത്തേക്ക് നോക്കി.

അവന്റെ ഇരുകണ്ണുകളിലും വെള്ളക്കുപ്പായം ധരിച്ച ഒരേ രൂപത്തിന്റെപ്രതിഫലനങ്ങളാണ് സിസ്റ്റർ ക്ളെയർ കണ്ടത്.

എട്ട്

എണ്ണച്ചായത്തിൽ വരച്ച ക്രൂശിതനായ ക്രിസ്തുവിന്റെ ഒരു ചിത്രം സന്ദർശകമുറിയിലെ ഭിത്തിയെ അലങ്കരിച്ചിരുന്നു. ഏതോ വൈദിക വിദ്യാർത്ഥിനി വരച്ച് മദറിന് സമ്മാനിച്ചതായിരുന്നു അത്. കടുത്ത വേദനയിലും സ്നേഹവും കാരുണ്യവും ചോർന്നുപോകാത്ത നീലക്കണ്ണുകൾ....

ചിത്രത്തിലേക്കുതന്നെ നോക്കിയിരിക്കുകയായിരുന്നു ശിവമോഹൻ. ഒരു കുഞ്ഞിന്റേതുപോലെ നിഷ്കളങ്കമായിരുന്നു അപ്പോൾ ആ മുഖം. എങ്ങനെയാണ് അവിടെ ചിലപ്പോഴൊക്കെ വിലക്കപ്പെട്ട വികാരങ്ങൾ നിഴലാട്ടം നടത്തുന്നതെന്നോർത്ത് സിസ്റ്റർ ക്ളെയർ ആശ്ചര്യപ്പെട്ടു.

ശിവമോഹൻ വന്നിട്ട് നാലഞ്ചു മിനിട്ടുകൾ കഴിഞ്ഞിരിക്കുന്നു. സിസ്റ്റർ അവനോട് ഒന്നും ചോദിച്ചില്ല. അവനാകട്ടെ ഒന്നും പറഞ്ഞുമില്ല. മുറിയിലിരുന്ന് സംസാരിക്കുന്ന സന്ദർശകരുടെ മേലും ഭിത്തിയിലെ പൂക്കളിലും ചിത്രപ്പണികൾ ചെയ്ത മെഴുകുതിരിക്കാലിലുമൊക്കെ അലഞ്ഞുനടക്കുകയായിരുന്ന അവന്റെ കണ്ണുകൾ.

എന്തിനാണ് സിസ്റ്ററേ ഞാൻ വരാൻ പറഞ്ഞത് എന്ന ചോദ്യം ശിവമോഹനിൽ നിന്ന് ഏതു നിമിഷത്തിലും ഉണ്ടാകുമെന്ന് സിസ്റ്റർ ക്ളെയർ പ്രതീക്ഷിച്ചു. അങ്ങനെ അവൻ ചോദിച്ചാൽ എന്തുമറുപടി പറയണമെന്ന് സിസ്റ്ററിന് തീർച്ചയുണ്ടായിരുന്നില്ല. പക്ഷേ അവൻ അങ്ങനെയൊന്നും ചോദിച്ചില്ല. വഴിയോരത്തെ പ്രദർശനം കാണാൻ ഒരു നിമിഷം ആൾക്കൂട്ടത്തിലേക്ക് കയറിനിന്ന വഴിപോക്കന്റെ കൗതുകം മാത്രമായിരുന്നു അവന്റെ മുഖത്ത്.

"ശിവമോഹൻ ഏതു ഹോസ്റ്റലിലാ താമസിക്കുന്നെ?"

ഒടുവിൽ സിസ്റ്റർ ക്ളെയർ ചോദിച്ചു.

അവൻ ഞെട്ടിത്തിരിഞ്ഞ് സിസ്റ്ററെ ഒന്നു നോക്കി.

"സെന്റ് ആന്റണീസിലാ സിസ്റ്ററെ."

"അവിടെ ആരാ നിങ്ങടെ വാർഡൻ?"

"സിറിയക്കച്ചനാ."

"സിറിയക്കച്ചൻ നിങ്ങളെ പഠിപ്പിക്കുന്നുണ്ടോ?"

ചോദിച്ചു കഴിഞ്ഞപ്പോഴാണ് വിഡ്ഢിത്തം സിസ്റ്റർ ക്ളെയറിന് മനസ്സിലായത്. ഫാദർ ജോസ് സിറിയക്കിന്റെ വിഷയം ഫിസിക്സ് ആണ്.

സുവോളജിക്കാർക്ക് ഫിസിക്സ് പഠിക്കേണ്ടതില്ലല്ലോ.

"ഇല്ല." അവൻ പറഞ്ഞു.

ശിവമോഹനോട് ചോദിക്കാൻ പലതുമുണ്ട്. പക്ഷേ അതൊക്കെ ചോദിക്കണോ എന്നായിരുന്നു സിസ്റ്ററിന് സംശയം. കൂടുതൽ അറിവ് കൂടുതൽ അടുപ്പമോ വെറുപ്പോ ആയിരിക്കും ഉണ്ടാക്കുക. രണ്ടും വേണ്ടാ.

മാത്രമല്ല ഇവിടെയിരുന്ന് വ്യക്തിപരമായ കാര്യങ്ങൾ സംസാരിക്കാനും വയ്യ. തൊട്ടടുത്ത കസേരകളിൽ ആളുണ്ട്.

സന്ദർശകമുറിയിലേക്ക് അപ്പോൾ സുന്ദരനായ ഒരു ചെറുപ്പക്കാരനും സുന്ദരിയായ ഒരു ചെറുപ്പക്കാരിയും കടന്നുവന്നു. അവൾ തിളങ്ങുന്ന ഒരു സിൽക്ക് സാരിയാണ് ഉടുത്തിരുന്നത്. പച്ചക്കല്ലുകൾ പതിച്ച ഒരു നെക്ലേസ് കഴുത്തിൽ അണഞ്ഞിരുന്നു. അവർ അടുത്തകാലത്ത് വിവാഹിതരായവരാണെന്ന് സിസ്റ്റർ ക്ളെയറിന് തോന്നി. അവളുടെ കണ്ണുകളിൽ അടക്കിവച്ച മന്ദസ്മിതത്തിന്റെ നിഗൂഢമായ തിളക്കമുണ്ടായിരുന്നു.

"സിസ്റ്ററ് പുറത്തേക്കൊന്നും പോകാറില്ലേ?"

പെട്ടെന്ന് ശിവമോഹൻ ചോദിച്ചു.

ചോദ്യത്തിന്റെ അർത്ഥം സിസ്റ്റർ ക്ളെയറിന് മനസ്സിലായില്ല. സിസ്റ്റർ അവനെ നോക്കി.

"എപ്പോഴും കോൺവന്റിൽ തന്നെ...ബോറടിക്കില്ലേ?"

"സ്വന്തം വീട്ടിൽ ആർക്കെങ്കിലും ബോറടിക്കുമോ ശിവമോഹൻ. മാത്രമല്ല ഞാനെപ്പോഴും ഇവിടെയല്ലല്ലോ. കോളജ്. ക്ലാസ്സ്. കുട്ടികൾ. സഹപ്രവർത്തകർ...ആസ്വദിക്കാൻ മാത്രമുള്ളതാണ് ജീവിതം എന്ന് വിചാരിക്കരുത്...എനിക്കിത് സേവനമാണ്." സിസ്റ്റർ പറഞ്ഞു.

"ഹോസ്റ്റലിലാണെങ്കിലും കുറേ കഴയുമ്പോൾ എനിക്ക് മടുക്കും. ഞാനപ്പോൾ നടക്കാൻ പോകും. ടൗണിൽ കൂടി വെറുതേ അലയും. ചിലപ്പോൾ സിനിമയ്ക്ക് കയറും. ഏതെങ്കിലും ഹോട്ടലിൽ ചെന്ന് ഭക്ഷണം കഴിക്കും. പുഴവക്കത്ത് പോയിരുന്ന് വായിക്കും. അല്ലെങ്കിൽ കൂട്ടുകാരുടെ വീട്ടിൽ പോകും."

"മടുക്കുമ്പോൾ ശിവമോഹന്റെ സഹോദരിയും ഇതൊക്കെത്തന്നെയാണോ ചെയ്യുക?" ചിരിയോടെ സിസ്റ്റർ ചോദിച്ചു.

പൊടുന്നനെ അവന്റെ മുഖത്ത് ഗൗരവം വന്നുനിറഞ്ഞു. അവന്റെ സ്വരം നേർത്തുപോയി.

"വല്ലപ്പോഴും അമ്പലത്തിലേക്കല്ലാതെ സുമംഗല വീട്ടിൽനിന്നിറങ്ങാറില്ല. പത്തിൽ ജയിച്ചെങ്കിലും പിന്നെ പഠിക്കാനും പോയില്ല."

"അതെന്താ?"

ശിവമോഹൻ ആ ചോദ്യം കേട്ടില്ല. ചെറുപ്പക്കാരനിലും ചെറുപ്പക്കാരിയിലും അവന്റെ നോട്ടം പാളി വീണു. ഇരിക്കാൻ ഇടംകിട്ടാതെ അപ്പോഴും നിൽക്കുകയായിരുന്നു അവർ. അവൻ പാതിയെഴുന്നേറ്റപ്പോഴേക്കും പതിനേഴാം നമ്പർ മുറിയിലെ മായാറാണി തിടുക്കത്തിൽ വന്ന്

ചെറുപ്പക്കാരിയുടെ കൈയിൽ പിടിച്ചു ചിരിച്ചു.

"സിസ്റ്റർ വൈകുന്നേരം നടക്കാൻ പോകാറില്ലേ?"

ശിവമോഹൻ ചോദിച്ചു.

"ചിലപ്പോഴൊക്കെ."

"തനിച്ച്?"

"ആരെങ്കിലുമുണ്ടാവും...സിസ്റ്റർ ഏഞ്ചല...സിസ്റ്റർ എമ്മ.."

"ഞാനിതുവരെ കണ്ടിട്ടില്ലല്ലോ."

"ശിവമോഹൻ വരൂ. നമുക്കല്പം നടക്കാം."

അതുകേൾക്കാനിരുന്നതുപോലെ അവൻ പെട്ടെന്ന് എഴുന്നേറ്റു.

എന്തിനാണ് ശിവമോഹനോട് അങ്ങനെ പറഞ്ഞതെന്ന് സിസ്റ്റർ ക്ളെയറിന് ഒരു രൂപവുമുണ്ടായിരുന്നില്ല. അവന്റെയൊപ്പം നടക്കാൻ പോകണമെന്ന് തീരുമാനിച്ചതല്ല. അവനോട് സംസാരിക്കണമെന്നുപോലും ആഗ്രഹിച്ചതല്ല.

കോൺവെറ്റിന്റെ ഗേറ്റ് കടക്കുമ്പോഴും എങ്ങോട്ടാണ് പോകേണ്ടതെന്ന് സിസ്റ്റർ ക്ളെയറിന് നിശ്ചയമുണ്ടായിരുന്നില്ല. ഗേറ്റിൽ നിന്നിറങ്ങുന്നത് നിരത്തിലേയ്ക്കാണ്. നിരത്തിനപ്പുറം കോളജ്.

കോളജിലേയ്ക്കു പോകാം. ഒന്നുചുറ്റിവരുമ്പോഴേയ്ക്കും അരമണിക്കൂർ കഴിയും.

ചില വൈകുന്നേരങ്ങളിൽ സിസ്റ്റർ എമ്മയുമൊത്ത് കോളേജ് കോമ്പൗണ്ടിൽ നടക്കാൻ പോകാറുണ്ട്. ബാസ്ക്കറ്റ് ബോൾ കോർട്ടിൽ കാഴ്ചക്കാർക്ക് ഇരിക്കാൻ പടികൾ പോലെ കെട്ടിയ വട്ടത്തിലുള്ള ഇരിപ്പിടമുണ്ട്. എമ്മയോടൊപ്പം അവിടെയിരുന്ന് പെൺകുട്ടികൾ പ്രാക്ടീസ് ചെയ്യുന്നത് കണ്ടിട്ടുണ്ട്.

"ശിവമോഹൻ വീട്ടിൽ പോകാറില്ലെ?" സിസ്റ്റർ വെറുതേ ചോദിച്ചു.

"ഇനി ക്രിസ്മസ് വെക്കേഷനേ പോകൂ."

"വീട്ടിൽ ചെന്നാൽ എങ്ങനാ സമയം കളയുന്നെ?" അവിടെയുമുണ്ടോ ടൗണും ഹോട്ടലും സിനിമാ തീയേറ്ററുമൊക്കെ?"

അവൻ ചിരിച്ചുപോയി.

"നാട്ടിലെ ഏറ്റവും വലിയ കൃഷിക്കാരാണ് ഞങ്ങൾ. നെല്ലാണ് പ്രധാനം. പിന്നെ കമുക്, കുരുമുളക്, വാഴ, പച്ചക്കറികൾ...വീട്ടിൽ ചെന്നാൽ സമയമുണ്ടാക്കാനാണ് പാട്."

വെയിൽ ചായുകയായിരുന്നു. മതിലരികിൽ വരിവരിയായി നിന്നിരുന്ന കൂറ്റൻ മഹാഗണിനിഴലുകൾ പാതയിലേക്ക് വീണിരുന്നു.

ബാസ്ക്കറ്റ് ബോൾ കോർട്ടിൽ പെൺകുട്ടികൾ കളിക്കുന്നുണ്ടായിരുന്നു. കുറച്ചുനേരം അവിടെ ചെന്ന് ഇരുന്നാലോ എന്ന് സിസ്റ്റർ ആലോചിച്ചു. ശിവമോഹനോട് സംസാരിക്കുകയും ചെയ്യാം.

എംപ്ളോയ്മെന്റ് എക്സ്ചേഞ്ചിൽ പേര് രജിസ്റ്റർ ചെയ്യാൻ പോയതായിരുന്നു. അതുകഴിഞ്ഞ് ഇറങ്ങിയപ്പോഴാണ് ഐസക്ക് വന്നത്. ടൗണി

ലേക്ക് പോകുന്ന കാര്യം നേരത്തേ അറിയിച്ചിരുന്നു.

"നമുക്ക് എവിടെയെങ്കിലും പോയിരുന്ന് കുറച്ചുനേരം സംസാരിക്കാം ഐസക്കേ." ടൗണിൽ പരിചയക്കാർ കാണില്ലല്ലോ എന്ന ധൈര്യത്തിൽ പറഞ്ഞു.

"എവിടെപ്പോകാനാണ്?"

"എവിടെയെങ്കിലും."

"അതുവേണ്ടാ ജെസ്സീ. ഒരിടത്തുതന്നെയിരുന്ന് അഞ്ചുമിനിറ്റിലേറെ സംസാരിച്ചാൽ ആളുകൾ സംശയിക്കും. നമുക്ക് വെറുതേ നടക്കാം. ആരും ശ്രദ്ധിക്കത്തില്ല." ഐസക്ക് പറഞ്ഞു.

അന്ന് എത്രനേരമാണങ്ങ നടന്നത്? ഒരു മണിക്കൂർ? രണ്ടു മണിക്കൂർ?

ശിവമോഹനോടൊപ്പം സിസ്റ്റർ ക്ളെയർ മെല്ലെ നടന്നു. ശനിയാഴ്ച യാണെങ്കിലും ഡിപ്പാർട്ട്മെന്റ് തുറന്നിട്ടുണ്ടാവും. എം.എസ്.സി. ലാബിൽ കുട്ടികളാരെങ്കിലും കാണും. അവിടെ വരെ പോകാം.

"വീട്ടിൽ ആരൊക്കെയുണ്ട് ശിവമോഹന്?"

"അച്ഛനും അമ്മയും ഒരനുജത്തിയും."

"ഒരനുജത്തി മാത്രം?"

"അമ്മ ആദ്യം പ്രസവിച്ചത് ഒരു പെൺകുഞ്ഞിനെയാണ്. പക്ഷേ അത് ഒരു വയസ്സാകും. മുമ്പേ മരിച്ചു. പിന്നെ അഞ്ചു വർഷം കഴിഞ്ഞിട്ടാണ് എന്നെ പ്രസവിച്ചത്. ആദ്യത്തെ കുഞ്ഞ് മരിച്ചില്ലായിരുന്നുവെങ്കിൽ എനി ക്കിപ്പോൾ ഒരു ചേച്ചിയും കണ്ടേനെ." അവൻ പറഞ്ഞു.

"ആ ചേച്ചി ജീവിച്ചിരുന്നെങ്കിൽ ഇപ്പോൾ എന്റെ പ്രായം കാണുമാ യിരുന്നു." സിസ്റ്റർ ക്ളെയർ പറഞ്ഞു.

ഒന്നു നോക്കിയതല്ലാതെ ശിവമോഹൻ ഒന്നും പറഞ്ഞില്ല.

"എനിക്കും ഒരനുജത്തിയുണ്ട്. ഡെയ്സി. പിന്നെ അമ്മ ഒരാൺകു ഞ്ഞിനെ കൂടി പ്രസവിച്ചിരുന്നെങ്കിൽ ചിലപ്പോൾ ശിവമോഹന്റെ പ്രായ മുള്ള ഒരനുജൻ എനിക്കും കണ്ടേനെ. ഇപ്പോൾ ശിവമോഹനൊപ്പം നട ക്കുമ്പോ എന്റെ അനുജന്റെ കൂടെ നടക്കുന്നപോലാ എനിക്കുതോന്നു ന്നെ."

"എനിക്കൊരു ചേച്ചിയുണ്ടായിരുന്നെങ്കിൽ ചേച്ചിക്ക് സിസ്റ്ററിന്റെ പ്രായം കണ്ടേനെ. പക്ഷേ ഒരിക്കലുമെനിക്ക് സിസ്റ്ററെ എന്റെ ചേച്ചി യായി കാണാൻ കഴിയില്ല." അവൻ പറഞ്ഞു.

അത്ര അടുത്തായിരുന്നെങ്കിലും വിദൂരതയിൽ നിന്നും വരുന്ന സ്വരം പോലെയായിരുന്നു അത്.

"സിസ്റ്ററെ കാണുമ്പോൾ എനിക്ക് വനജയെ ആണ് ഓർമ്മ വരിക. സിസ്റ്ററിൽ ഞാനെന്റെ വനജയെ ആണു കാണുന്നത്." അവൻ വീണ്ടും പറഞ്ഞു.

"വനജയോ? അതാരാണ്?" കൗതുകത്തോടെ സിസ്റ്ററ് ക്ളെയർ ചോദി ച്ചു.

കോളജിന്റെ പ്രധാനകെട്ടിടത്തിലെ രണ്ടാം നിലയിലെ വരാന്തയിലൂടെ നടക്കുകയായിരുന്നു അവർ. ക്ലാസ്സ് മുറികൾ അടഞ്ഞുകിടക്കുകയായിരുന്നു.

നിശബ്ദനായി ഏതോ ഓർമ്മയിൽ മുഴുകി നടന്ന ശിവമോഹന്റെ മനസ്സിൽ തെളിയുന്ന ചിത്രങ്ങളേതാണെന്ന് സിസ്റ്റർ ക്ളെയറിന് മനസ്സിലായില്ല.

"നാട്ടിൽ എന്റെ കൂട്ടുകാരിയായിരുന്നു വനജ. വീട്ടിനടുത്തുള്ള കുട്ടി.... രണ്ടുവർഷം മുമ്പാണ് എനിക്കവളെ നഷ്ടപ്പെട്ടത്."

"എങ്ങനെ?" പെട്ടെന്ന് സിസ്റ്റർ ചോദിച്ചു.

അവൻ അതിനു മറുപടി പറഞ്ഞില്ല.

മരിച്ചുപോയോ എന്ന് ചോദിക്കാൻ നാവുയർന്നെങ്കിലും സിസ്റ്റർ അതടക്കി.

സ്റ്റാഫ് റൂം അടഞ്ഞുകിടക്കുകയായിരുന്നു. ലാബിലും ആരുമുണ്ടായിരുന്നില്ല. എങ്കിലും തിരിച്ചുപോകാതെ വരാന്തയിലെ കൈവരിയിൽ പിടിച്ച് സിസ്റ്റർ ക്ളെയർ നിന്നു.

"എന്നെ കാണുമ്പം എന്തുകൊണ്ടാ ശിവമോഹന് വനജയെ ഓർമ്മ വരുന്നത്?"

"വനജയുടെ മേൽച്ചുണ്ടിലും ഇതുപോലൊരു മറുകുണ്ടായിരുന്നു. ഇതേ സ്ഥാനത്ത്. അവൾ ചിരിക്കുമ്പോൾ ആ മറുകും ചിരിക്കുമായിരുന്നു. അതേ ചിരിയാണ് സിസ്റ്ററിന്റേതും."

അറിയാതെ സിസ്റ്ററ് വലംകൈയുയർത്തി മേൽച്ചുണ്ട് മറച്ചു.

"ഞങ്ങൾ ഒന്നിച്ചുകളിച്ച് വളർന്നവരാണ്. ഒരേ പ്രായമായിരുന്നെങ്കിലും കല്യാണം കഴിക്കാൻ തീരുമാനിച്ചിരുന്നതുമാണ്. അച്ഛന്റെ ഒരാശ്രിതന്റെ മകളായിരുന്നു അവൾ. അതുകാരണം എനിക്ക് അവളുടെ വീട്ടിൽ ഒരുപാട് സ്വാതന്ത്ര്യമുണ്ടായിരുന്നു. അടുക്കാവുന്നതിന്റെ പരമാവധി ഞങ്ങൾ അടുത്തിരുന്നു."

"വനജയ്ക്ക് എന്തു സംഭവിച്ചു?"

"അവൾ മരിച്ചിട്ടിപ്പോൾ രണ്ടുവർഷമായി." ചുവന്നുകലങ്ങിയ കണ്ണുകളോടെ അവൻ പറഞ്ഞു.

"എങ്ങനെയാ വനജ മരിച്ചത്?" ആർദ്രമായ ഹൃദയത്തോടെ സിസ്റ്റർ ക്ളെയർ ചോദിച്ചു.

അവൻ ഒന്നും പറഞ്ഞില്ല.

"അസുഖം വന്നിട്ടാ?"

അല്ലെന്ന് അവൻ തലയാട്ടി.

"ആത്മഹത്യയായിരുന്നോ?"

"അല്ല."

"പിന്നെ?"

"ഞാൻ പോവാണ് സിസ്റ്റർ..."

ശിവമോഹൻ തലതാഴ്ത്തി വരാന്തയുടെ അറ്റത്തുള്ള സ്റ്റെയർ കേസി നടുത്തേക്ക് നടന്നു. എന്തുചെയ്യണമെന്നറിയാതെ സിസ്റ്റർ ഒരു നിമിഷം നിന്നു. എന്നിട്ട് അവന്റെയൊപ്പം ചെന്നു.

"എന്തു വിഷമമുണ്ടെങ്കിലും ശിവമോഹന് എന്നോട് പറയാം."

അവൻ മുഖം തിരിച്ച് സിസ്റ്റർ ക്ളെയറിനെ ഒന്നു നോക്കി. ജലം പുരണ്ട രണ്ട് രത്നങ്ങളായിരുന്നു അവന്റെ കണ്ണുകൾ.

"സിസ്റ്ററെ കാണുമ്പം എനിക്കെന്റെ വിഷമങ്ങൾ കൂടുകയേ ഉള്ളൂ. സിസ്റ്റർ ആദ്യമായി ക്ലാസ്സിൽ വന്ന ദിവസം ഞാനുറങ്ങിയില്ല. സ്ഥിരമായി കാണാൻ തുടങ്ങിയപ്പോൾ ആ പഴയ ദിവസങ്ങൾ തിരിച്ച് വരുന്നതു പോലെ എനിക്ക് തോന്നി. എല്ലാ ഓർമ്മകളും സകല ശക്തിയോടും കൂടി എന്നിലേക്ക് വന്നുകൊണ്ടിരുന്നു. കാണുമ്പോൾ ഞങ്ങൾ പറഞ്ഞി ട്ടുള്ള കാര്യങ്ങൾ...സ്വകാര്യതയിൽ ഞങ്ങൾ ചെയ്തിട്ടുള്ള കാര്യങ്ങൾ..."

വാഴത്തോപ്പിൽ നിന്ന് ഒരു വവ്വാൽ പറന്നുപോകുന്നു. കാൽച്ചുവട്ടിൽ നിന്ന് ഒരു ചുള്ളിക്കമ്പ് ഒടിയുന്ന ഒച്ച കേട്ട് ഞെട്ടുന്നു. പുൽനാമ്പിലെ ജലകണങ്ങൾ പാവാടത്തുമ്പ് നനയ്ക്കുന്നു.

ശിവമോഹൻ കോണിപ്പടികളിറങ്ങുകയാണ്. അവൻ താഴെയെത്തി യിരിക്കുന്നു.

ഒപ്പം ചെല്ലാൻ സിസ്റ്റർ ക്ളെയർ വേഗത്തിൽ പടികളിറങ്ങി.

"പിന്നീടാണ് വനജ സ്വപ്നത്തിൽ എന്റെയടുത്ത് വരാൻ തുടങ്ങിയ ത്. സ്വപ്നത്തിൽ അവൾ തൂവെള്ളക്കുപ്പായവും ശിരോവസ്ത്രവുമാണ് ധരിച്ചിരുന്നത്."

ജപമാലത്തുമ്പിലെ കുരിശു രൂപത്തിൽ ഒരു ആലംബത്തിനെന്ന പോലെ സിസ്റ്റർ ക്ളെയർ അമർത്തിപ്പിടിച്ചു.

"ആദ്യമൊക്കെ എനിക്കത് ഒരുപാട് ആശ്വാസം തന്നെയെങ്കിലും സിസ്റ്ററെ അങ്ങനെ കാണുന്നതും സിസ്റ്ററെക്കുറിച്ച് അങ്ങനെയൊക്കെ ചിന്തിച്ചതും തെറ്റാണെന്ന് എനിക്കറിയാമായിരുന്നു. കാണാതിരിക്കു മ്പോൾ എല്ലാം പഴയതുപോലെ ആകുമല്ലോ എന്നു പ്രതീക്ഷിച്ചാണ് ഇനിമുതൽ ക്ലാസ്സിൽ കയറാതിരിക്കാനുള്ള പെർമിഷൻ തരണമെന്ന് ഞാൻ വന്നു പറഞ്ഞത്..."

സിസ്റ്റർ ക്ളെയർ ഒരു പാവയെപ്പോലാണ് നടന്നത്. വോളിബോൾ കോർട്ടിന്റെ സമീപത്തെത്തിയിരുന്നു അവർ. പെൺകുട്ടികൾ കളി നിർത്തി പോയിക്കഴിഞ്ഞിരുന്നു.

അപ്പോൾ അവരുടെ പിന്നിൽ നിന്ന് ഒരു മോട്ടോർ സൈക്കിൾ പാഞ്ഞു വരുന്നുണ്ടായിരുന്നു. ശിവമോഹനും സിസ്റ്ററ് ക്ളെയറും ഒരുമിച്ചാണ് തിരിഞ്ഞ് നോക്കിയത്.

അത് ഫാദർ ജോസ് സിറിയക്കായിരുന്നു. സിറിയക്കച്ചന്റെ ളോഹ കാറ്റിൽ പറക്കുന്നുണ്ടായിരുന്നു.

പെട്ടെന്ന് ഫാദർ സിറിയക്ക് അവരുടെയടുത്തുവന്ന് മോട്ടോർ

സൈക്കിൾ നിർത്തി. വയലറ്റ് നിറത്തിലുള്ള കൂളിംഗ് ഗ്ലാസ്സ് സിറിയക്കച്ചൻ മുഖത്തണിഞ്ഞിരുന്നു. അതുകൊണ്ട് അച്ചൻ നോക്കുന്നത് തന്നെയാണോ അതോ സിസ്റ്റർ ക്ളെയറിനെയാണോ എന്ന് ശിവമോഹന് മനസ്സിലായില്ല.

ഒൻപത്

ടെന്നീസ് കളി കഴിഞ്ഞിട്ട് വരികയായിരുന്നു ഫാദർ സിറിയക്. അദ്ദേഹത്തിന്റെ ളോഹ വിയർപ്പിൽ നനഞ്ഞിരുന്നു. മടിയിൽ കുറുകെ ടെന്നീസ് റാക്കറ്റ് വച്ചുകൊണ്ടാണ് സിറിയക്കച്ചൻ മോട്ടോർ കൈക്കിൾ ഓടിച്ചുവന്നത്. ഒരുപാട് കളിച്ചതുകാരണം സ്വതവേ തുടുത്ത മുഖം ആപ്പിൾപോലെ കൂടുതൽ ചുവന്നിരുന്നു.

“ഗുഡ് ഈവനിങ് സിസ്റ്റർ....ഈ നേരത്തെന്താ നടക്കാനിറങ്ങിയതാണോ?” സിറയക്കച്ചൻ ചോദിച്ചു.

“ഡിപ്പാർട്ട്മെന്റ് വരെ പോയതാ അച്ചോ.” സിസ്റ്റർ പറഞ്ഞു.

നടക്കാനിറങ്ങിയതാണെന്ന് സമ്മതിക്കാൻ എന്തുകൊണ്ടോ സിസ്റ്ററിന് മനസ്സു വന്നില്ല. നുണയല്ലല്ലോ പറഞ്ഞതും. ഡിപ്പാർട്ട്മെന്റ് വരെ പോയിട്ട് വരികയാണല്ലൊ.

“എന്നും ഒരു മണിക്കൂറെങ്കിലും കളിക്കും സിസ്റ്ററെ. മൂന്ന് സെറ്റിന് സ്ട്രെയ്റ്റായിട്ട് ഇട്ടൂപ്പിനെ മലർത്തിയടിച്ചേച്ചു വരുവാ ഞാൻ. അറിയാമോ, ഇട്ടൂപ്പ് യൂണിവേഴ്സിറ്റി ചാമ്പ്യനായിരുന്നു.” പൊട്ടിച്ചിരിച്ചുകൊണ്ട് സിറിയക്കച്ചൻ പറഞ്ഞു.

കോളജിലെ ഫിസിക്കൽ എഡ്യൂക്കേഷൻ ഡയറക്ടറാണ് തോമസ് ഇട്ടൂപ്പ്.

“ധ്യാനത്തിനു പോകുന്ന കാര്യം എന്തു തീരുമാനിച്ചു. എമ്മ സിസ്റ്ററോട് ഞാൻ പറഞ്ഞയച്ചാരുന്നല്ലൊ.”

“ക്ലാസ്സ് മുടക്കുന്ന കാര്യമാ പ്രയാസം. എനിക്കാണെങ്കിൽ ഒരുപാട് പോർഷൻ തീർക്കാനുമുണ്ട്.” സിസ്റ്റർ പറഞ്ഞു.

നിൽക്കണോ അതോ നടക്കണോ എന്ന് സംശയിക്കുകയായിരുന്നു ശിവമോഹൻ. സിറിയക്കച്ചൻ ഇടയ്ക്കിടയ്ക്ക് അവനെ നോക്കുന്നുണ്ടായിരുന്നു. കൂളിങ് ഗ്ലാസ്സ് അദ്ദേഹത്തിന്റെ കണ്ണുകളെ പൂർണ്ണമായും മറച്ചിരുന്നു. അതുകാരണം അദ്ദേഹം കാണാമറയത്തുനിന്ന് സംസാരിക്കുന്നതുപോലെയാണ് അവന് തോന്നിയത്.

“പോർഷനൊക്കെ തീരും സിസ്റ്ററെ. അല്ലെങ്കിൽ മൂന്നോ നാലോ എക്സ്ട്രാ ക്ലാസ്സിന്റെ കാര്യമല്ലേയുള്ളൂ. ഞാനെന്തായാലും പോകുന്നുണ്ട്.” സിറിയക്കച്ചൻ പറഞ്ഞു.

“നോക്കട്ടെ...വരണമെന്നാ എന്റെയും ആഗ്രഹം.”

സിറിയക്കച്ചന്റെ മുഖത്ത് ജലകണങ്ങൾപോലെ വിയർപ്പുതുള്ളികൾ പറ്റിപ്പിടിച്ച് നിൽക്കുന്നുണ്ടായിരുന്നു. ചാഞ്ഞു വീണ വെയിലിൽ അവ

മുത്തുകൾ പോലെ തിളങ്ങി.

മുഖം തിരിച്ച് സിറിയക്കച്ചൻ ശിവമോഹനെ നോക്കി. വയലറ്റ് കണ്ണട ച്ചില്ലുകളിൽ പ്രപഞ്ചമാകെ പ്രതിഫലിക്കുന്നുണ്ടായിരുന്നു.

"ഇയാളെ എവിടുന്നു കിട്ടി?"

"ഞാൻ ലൈബ്രറീൽ പോയിട്ടു വരുവാണച്ചോ."

ചോദ്യം സിസ്റ്റർ ക്ളെയറിനോടായിരുന്നെങ്കിലും ശിവമോഹനാണ് മറുപടി പറഞ്ഞത്. ഹോസ്റ്റലിലെ വാർഡനാണ്. പക്ഷേ അവനോട് അധി കമൊന്നും സംസാരിച്ചിട്ടില്ല സിറിയക്കച്ചൻ.

"ഹോസ്റ്റലിലോട്ടാണെങ്കിൽ വാ കേറിക്കോടോ." അച്ചൻ ക്ഷണിച്ചു.

"അല്ലച്ചോ....എനിക്ക് ടൗണിലൊന്നു പോണമാരുന്നു." ശിവമോഹൻ പറഞ്ഞു.

"എന്നാൽ ഞാൻ വിടുകാ സിസ്റ്ററേ."

സിസ്റ്റർ ക്ളെയർ തലകുലുക്കി.

മോട്ടോർസൈക്കിൾ ഇരപ്പിച്ച് ഒരു ശരം കണക്കേ സിറിയക്കച്ചൻ പാഞ്ഞുപോയി. പുകയും പെട്രോളിന്റെ ഗന്ധവും മാത്രം വായുവിൽ അവശേഷിച്ചു.

"ടൗണിൽ പോകുന്നുണ്ടോ ശിവമോഹൻ?" സിസ്റ്റർ ചോദിച്ചു.

"ഇല്ല." അവൻ പറഞ്ഞു.

"എനിക്കത് തോന്നി." സിസ്റ്റർ പുഞ്ചിരിച്ചു.

"സിസ്റ്റർ ചിരിക്കുന്നതു കാണാൻ നല്ല ഭംഗിയുണ്ട്."

പെട്ടെന്ന് ചിരി മാഞ്ഞു.

"എന്നോടങ്ങനെ പറയരുത്. വനജയെ കണ്ടതുപോലെ എന്നെ കാണ രുത്."

അവന്റെ മുഖം താഴ്ന്നു.

"എന്റെ അമ്മ പ്രസവിക്കാത്ത സഹോദരനാണ് ശിവമോഹൻ എനി ക്ക്. മറ്റ് സ്ത്രീകളെ നോക്കുന്നതുപോലെ എന്ന നോക്കരുത്. അവരെ ക്കുറിച്ച് വിചാരിക്കുന്നതുപോലെ എന്നെക്കുറിച്ച് ഓർക്കരുതെ. ഞാൻ തന്റെ അധ്യാപികയാണ്. അതിലുമുപരി ഞാനൊരു സന്യാസിനിയാണ്. മനസ്സിലാകുന്നുണ്ടോ ശിവമോഹന്?"

അവൻ മെല്ലെ തലകുലുക്കി.

"സിസ്റ്റർ പഞ്ഞത് ശരിയാണ്. എങ്കിലും വനജയുടെ മുഖവുമായി സിസ്റ്ററിന്റെ മുഖത്തിന് ഒരുപാട് സാമ്യമുണ്ട്. സിസ്റ്ററെ കാണുമ്പോ എനിക്ക് വലിയ ആശ്വാസമാ അനുഭവപ്പെടുന്നത്. സ്നേഹിച്ചവരെ പെട്ടെ ന്നൊരു ദിവസം മരണം വന്ന് കണ്ടുപോകുമ്പോഴുള്ള വേദന സിസ്റ്റർക്ക റിയില്ലല്ലൊ." ഇടറുന്ന സ്വരത്തിൽ അവൻ പറഞ്ഞു.

"പക്ഷേ ദൈവം കൃപയുള്ളവനാ, ശിവമോഹൻ. കാലം ശമിപ്പിക്കാത്ത ഒരു ദുഃഖവും നമുക്കദ്ദേഹം തന്നിട്ടില്ല."

"ഞാനതെല്ലാം മറന്നതായിരുന്നു."

നിസ്സഹായതയോടെ അവൻ സിസ്റ്റർ ക്ലെയറിനെ നോക്കി.

“ചിലതൊക്കെ വീണ്ടുമോർമ്മിക്കുമ്പോൾ പ്രധാനപ്പെട്ട പലതും ശിവമോഹൻ മറക്കുന്നു. ഇത്രയും ദൂരേയ്ക്ക് ഏകമകനായിട്ടും എന്തിനാണ് ശിവമോഹനെ പഠിക്കാൻ വിട്ടത്? ഇത് നല്ല കോളേജായതുകൊണ്ടാണ്. മകന് നല്ല വിദ്യാഭ്യാസം കിട്ടാനാണ്. പഠിച്ച് വലിയവനാകാനാണ്. അച്ഛന്റെയും അമ്മയുടേയും ആ പ്രതീക്ഷകളെക്കുറിച്ച് ശിവമോഹൻ മറക്കുന്നു.”

“വീടിനടുത്ത് നല്ല കോളേജില്ലാത്തതുകൊണ്ടല്ല എന്നെ ഇവിടെക്കൊണ്ടുവന്നു ചേർത്തത്. വീട്ടിൽ നിന്ന് എത്രയും അകലെയാണോ അത്രയും നല്ലത് എന്നു വിചാരിച്ചിട്ടാ. ഡിഗ്രിയെടുത്ത് വലിയവനാകാനല്ല ഞാനിവിടെ പഠിക്കുന്നത്. കുടുംബത്തിന്റെ കൃഷിത്തോട്ടങ്ങളും കളപ്പുരകളും ഏറ്റെടുത്തു നടത്താൻ ജന്തുശാസ്ത്രത്തിൽ ഒരു ബിരുദത്തിന്റെ ആവശ്യമൊന്നുമില്ല സിസ്റ്ററേ.”

നടന്ന് അവൻ കോളജിന്റെ ഗേറ്റിനടുത്ത് എത്തിയിരുന്നു. ശിവമോഹനിൽനിന്ന് അറിയാൻ ഇനി പലതുമുണ്ടെന്ന് സിസ്റ്റർ ക്ലെയറിന് തോന്നി. പറഞ്ഞതിലുമേറെ സ്വകാര്യദുഃഖങ്ങൾ അവന്റെ മനസ്സിലുണ്ട് തീർച്ച.

“വനജയെക്കുറിച്ച് കൂടുതലെന്തെങ്കിലും എന്നോടു പറയാനാഗ്രഹമുണ്ടോ ശിവമോഹന്?” സിസ്റ്റർ ചോദിച്ചു.

“പറഞ്ഞിട്ടെന്ത് പ്രയോജനം?”

“ഇത്രയും സംസാരിച്ചു കഴിഞ്ഞപ്പോൾ മനസ്സിനൊരാശ്വാസം തോന്നുന്നില്ലേ? സങ്കടങ്ങളൊന്നും ഉള്ളിലമർത്തി വെക്കാൻ പാടില്ല.”

“എന്റെ മനസ്സമാധാനം നഷ്ടപ്പെടുകയാണ് സിസ്റ്റർ. ഇന്ന് ഉറങ്ങാൻ കഴിയുമെന്ന് എനിക്കു തോന്നുന്നില്ല. വളരെക്കാലത്തിനുശേഷം വനജയോട് ഇന്ന് വീണ്ടും സംസാരിച്ചതുപോലെയാണ് എനിക്കനുഭവപ്പെടുന്നത്.”

ശിവമോഹൻ പിന്നെയൊന്നും പറയാതെ തിരിഞ്ഞുനടന്നു. രക്ഷിക്കപ്പെടാനിടയില്ലാത്ത ഒരാത്മാവുപോലെ അവൻ പ്രാഞ്ചിപ്രാഞ്ചി പോവുന്നതു നോക്കി സിസ്റ്റർ ക്ലെയർ തരിച്ചു നിന്നു.

നിന്റെ കണ്ണുകൾ നോക്കട്ടെ. നിന്റെ കണ്ണിമ ചൊവ്വെ മുന്നോട്ടു മിഴിക്കട്ടെ. നിന്റെ കാലുകളുടെ പാതയെ നിരപ്പാക്കുക നിന്റെ വഴികളെല്ലാം സ്ഥിരമാകട്ടെ.

കോൺവന്റിന്റെ മുറ്റത്ത് കാറുകൾ ഉണ്ടായിരുന്നില്ല. സന്ദർശകമുറി ശൂന്യമായിക്കഴിഞ്ഞിരുന്നു. കോണിപ്പടികയറി സിസ്റ്റർ ക്ലെയർ മുറിയിലേക്ക് പോയി. സിസ്റ്റർ എമ്മയുടെ മുറി അടഞ്ഞു കിടക്കുന്നു. ഗീവർഗീസച്ചന്റെ അപ്പനെ കാണാൻ പോയിട്ട് അവർ തിരിച്ചെത്തിയിട്ടില്ല.

രാത്രി ഉറക്കംവരാതെ സിസ്റ്റർ ക്ലെയർ തിരിഞ്ഞും മറിഞ്ഞും കിടന്നു.

നിന്റെ കണ്ണുകൾക്ക് ഉറക്കവും നിന്റെ കണ്ണിമക്ക് നിദ്രയും കൊടുക്കരുത്. മാൻ നായാട്ടുകാരന്റെ കയ്യിൽനിന്നും പക്ഷിവേട്ടക്കാരന്റെ കയ്യിൽ നിന്നും എന്നപോലെ നീ നിന്നെത്തന്നെ വിടുവിക്കുക...

ഏതെങ്കിലും രണ്ട് വ്യക്തികൾക്ക് സമാനമായി അനുഭവങ്ങളുണ്ടാവുമോ?

എന്നെ കാണുമ്പോൾ എന്തുകൊണ്ടാണ് ശിവമോഹന് വനജയെ ഓർമ്മ വരുന്നത്.

...പിന്നീടാണ് വനജ സ്വപ്നത്തിൽ എന്റെയടുത്ത് വരാൻ തുടങ്ങിയത്. അവൾ തൂവെള്ള കുപ്പായവും ശിരോവസ്ത്രവുമാണ് ധരിച്ചിരുന്നത്.

എന്തുകൊണ്ടാണ് ശിവമോഹനെ കാണുമ്പോൾ ഐസക്കിനെ ഓർമ്മ വരുന്നത്? നീണ്ടമുഖമോ നെറ്റിയിലേക്കു വീണുകിടക്കുന്ന മുടിയോ കവിയുടേതുപോലെ സ്വപ്നങ്ങൾ മയങ്ങിക്കിടക്കുന്ന കണ്ണുകളോ കിളരമുള്ള മെലിഞ്ഞ ശരീരമോ പാട്ടുകാരന്റേതു പോലെയുള്ള സ്വരമോ?

ഏതെങ്കിലും രണ്ടു വ്യക്തികൾക്ക് സമാനമായ വേദനകളുണ്ടാവുമോ?

സ്നേഹിച്ചവരെ പെട്ടെന്നൊരു ദിവസം മരണം വന്ന് കൊണ്ടുപോകുമ്പോഴുള്ള വേദന സിസ്റ്റർക്കറിയില്ലല്ലൊ...

എത്ര വർഷം മുമ്പായിരുന്നു അത്?

അല്ല. അത് കഴിഞ്ഞ ജന്മത്തിലായിരുന്നല്ലൊ.

മഴയുള്ള ഒരു ദിവസം. കുടപിടിച്ച് ഏകനായി വരികയായിരുന്നതു കാരണം മുട്ടിനുതാഴെ കാൽവണ്ണയിൽ പുതിയ വെള്ളത്തുണികൊണ്ട് ചുറ്റിക്കെട്ടിയിരുന്നത് പെട്ടെന്ന് ശ്രദ്ധയിൽപ്പെട്ടു. നടക്കുമ്പോൾ ഏന്തുന്നുമുണ്ടായിരുന്നു ഐസക്ക്.

“കയ്യിലുള്ളത് പോരാഞ്ഞാണോ കാലിലും വാച്ച്?”

എന്തൊരു ചോദ്യമായിരുന്നു അത്? ഓർത്തപ്പോൾ സിസ്റ്റർ ക്ളെയറിന്റെ കണ്ണുകൾ നനഞ്ഞു.

“സൂചികളില്ലാത്ത വാച്ചാ ജെസ്സി. താഴത്തങ്ങാടി ക്ലിനിക്കിലെ ഡോക്ടർ ജെയിംസ് കെട്ടിത്തന്നതാ.”

ചിരിച്ചപ്പോൾ ഐസക്കിന്റെ മുഖത്ത് വേദനയുണ്ടായിരുന്നു. മുറിവിൽ വച്ച പഞ്ഞിയിൽ ചുവപ്പിന്റെ നിഴലും.

കണ്ടപ്പോൾ ആധിയായി.

“എന്നാ പറ്റിയതാ ഐസക്കേ?”

“മേജർ യോഹന്നാന്റെ വീട്ടിലെ റോസിയൊന്ന് സ്നേഹിച്ചതാ.” ഐസക്ക് പുഞ്ചിരിയോടെ പറഞ്ഞു.

സാൽവേഷൻ ആർമിയിലെ മേജറായ യോഹന്നാന്റെ വളർത്തുനായയാണ് റോസി.

“ഒരുപാട് മുറിഞ്ഞോ?”

“നാല് പല്ല് പെട്ടു. പക്ഷേ ആഴമില്ലെന്നാ ഡോക്ടർ പറഞ്ഞത്. എനി

ക്കാണെങ്കിൽ നല്ല വേദന.”

മേജറുടെ ഇളയമകൾ സൂസന്ന പത്താംക്ലാസ്സ് പരീക്ഷയിൽ തോറ്റ തറിഞ്ഞ് ലേണേഴ്സ് അക്കാഡമിയിൽ ചേരണമെന്ന് അഭ്യർത്ഥിക്കാൻ ചെന്നതായിരുന്നു ഐസക്കും കൂട്ടരും. ഐസക്ക് അന്ന് ചില്ലറ ട്യൂഷനും പാരലൽ കോളജ് അധ്യാപനവുമായി നടക്കുകയായിരുന്നു.

“ഇത് നിസ്സാരമായിട്ടെടുക്കല്ലേ ഐസക്കേ. ആ പട്ടിയെ കെട്ടിയിട്ട് നീലവും ചോറും കൊടുക്കാൻ പറയണം. നീലമല്ലെങ്കിൽ നാരങ്ങയാ യാലും മതി.”

ഉള്ളിൽ പേയുള്ള പട്ടിയാണെങ്കിൽ ചോറിൽ നീലമോ നാരങ്ങാക്ക റിയോ ചേർത്തിളക്കി തിന്നാൻ കൊടുത്താൽ മതി. ഉടൻ അത് ഭ്രാന്തി ളകി ചാകും.

പേയില്ലാത്ത പട്ടിയാണെങ്കിൽ ഒന്നും സംഭവിക്കില്ല. പേയുള്ള പട്ടി യാണെങ്കിൽ മാത്രം ഐസക്ക് കുത്തിവെയ്പ് എടുത്താൽ മതിയല്ലോ.

“അതിനി നടക്കുകേല ജെസ്സീ. ഓലിക്കലെ റോയിയും നമ്മടെ പിലാ ത്തോസ് മാത്തുക്കുട്ടിയും കൂടാ മേജറുടെ വീട്ടിൽ പോകാൻ എന്റെ കൂടെ വന്നത്. റോസി എന്നെ കടിച്ചത് അവർക്കൊട്ടും സഹിച്ചില്ല. ഇന്നലെ സന്ധ്യയ്ക്ക് വിഷം വെച്ച ഉണക്കമീനിട്ടുകൊടുത്ത് അവരതിനെ തട്ടി.”

“അയ്യോ അത് മണ്ടത്തരമായിപ്പോയില്ലേ ഐസക്കേ?”

“ഒരു കുഴപ്പോമുള്ള പട്ടിയല്ല ജെസ്സീ അത്. മേജറതിനെ കെട്ടിയിട്ടാ വളർത്തുന്നെ.”

ഐസക്ക് അങ്ങനെയൊക്കെ പറഞ്ഞ് സമാധാനിപ്പിച്ചെങ്കിലും ഒരു ഭീതി മനസ്സിൽ കിടന്നു. പക്ഷേ പട്ടി കടിച്ച മുറിവ് ഉണങ്ങിയെന്നറിഞ്ഞ പ്പോൾ അതു മാറി.

മൂന്നോ നാലോ ആഴ്ച കഴിഞ്ഞിട്ടുണ്ടാവും. ഒരു ഞായറാഴ്ച സൺഡേ സ്കൂളിൽ ഐസക്കിനെ കണ്ടില്ല.

“എന്താ സലോമീ ഐസക്ക് ഇന്നു വരാഞ്ഞെ?” അനിയത്തിയെ കണ്ട പ്പോൾ ചോദിച്ചു.

“ഇച്ചായൻ പനിയായിട്ടു കിടക്കുവാ ജെസ്സീ.”

“എപ്പത്തുടങ്ങി?”

“ഇന്നലെ. ജെയിംസ് ഡോക്ടറവിടുന്ന് അച്ചാച്ചൻ മരുന്നു വാങ്ങി ച്ചോണ്ടു കൊടുത്തു. എന്നിട്ടും വല്യ കുറവൊന്നുമില്ല.” അപ്പോഴും ഒന്നും സംശയിച്ചില്ല.

തിരിച്ച് വീട്ടിലേക്കു പോകുംവഴി ഐസക്കിനെ കാണാൻ ചെന്നു. ഡെയ്സിയുമുണ്ടായിരുന്നു.

“എന്താ ഐസക്കേ?”

“വയ്യാ ജെസ്സീ. വല്ലാത്ത ക്ഷീണം.”

ഐസക്കിന്റെ കണ്ണുകളിൽ സദാ ഉണ്ടായിരുന്ന തിളക്കം കാണാനി ല്ലായിരുന്നു. കവിളുകളിൽ കുറ്റിരോമം വളർന്നിരുന്നു.

"സലോമി പറഞ്ഞ പനിച്ചുകിടക്കുവാനാണെന്ന്."

"ഇന്നലെ എഴുന്നേറ്റപ്പം ദേഹമാസകലം വേദന. ടെമ്പറേച്ചറുമുണ്ടായിരുന്നു."

"രണ്ടു ദിവസം റെസ്റ്റെടുക്കുമ്പം പനിയൊക്കെ പറപറക്കും ഐസക്കേ." നിസ്സാരമട്ടിൽ പറഞ്ഞു.

ഐസക്ക് ചിരിച്ചു. ദൈന്യത നിറഞ്ഞ ചിരിയായിരുന്നു അത്.

"ജെസ്സീ, എനിക്കിപ്പോൾ ഒരു സംശയം. ആ റോസി കുഴപ്പക്കാരിയായിരുന്നോന്ന്." വിളറിയ പുഞ്ചിരിയോടെ ഐസക്ക് പറഞ്ഞു.

"ഐസക്കേ." ശാസനയോടെയാണ് വിളിച്ചത്.

"എന്റെ ചോരയിലൂടെ ഒരുപാട് റോസിമാർ ഭ്രാന്തുപിടിച്ച് പാഞ്ഞുനടക്കുന്നതുപോലെ...ഒരുപാട് റോസിമാർ തലച്ചോറിലിരുന്ന് ഓലിയിടുന്നപോലെ..."

"അങ്ങനൊന്നും ചിന്തിക്കരുത് ഐസക്കേ..വെറുതേ പേടിച്ചാലും അപകടമാ. പനികൂടും."

"ശരിയാ. ഞാൻ പേടിക്കുന്നില്ല."

മെത്തയിൽ തലതാഴ്ത്തിവച്ച് ഐസക്ക് കണ്ണുകളടച്ചു. വിലക്ഷണമായ കിടപ്പായിരുന്നു അത്. അടഞ്ഞ കൺപീലികളിൽ പൊഴിയാതെ നിന്ന കണ്ണുനീരുണ്ടായിരുന്നു.

സ്കൂൾ വിട്ടുവന്ന ഡെയ്സിയാണ് പിന്നെ അടുത്ത വാർത്ത കൊണ്ടുവന്നത്.

"അമ്മാമ്മേ നമ്മടെ ഐസക്കിച്ചായനെ മെഡിക്കൽ കോളേജിൽ കൊണ്ടുപോയി. ദാഹിച്ച് തൊണ്ടപൊട്ടി നിലവിളിയാരുന്നു. വെള്ളം കണ്ടാ പേടിയും."

"എന്റെ കർത്താവേ!"

"ആശുപത്രിയിൽ കൊണ്ടുപോകാൻ ചെന്നവരെ കടിക്കാൻ ചെന്നു. കയ്യും കാലും കെട്ടി കാറിലിട്ടാ പിന്നെ കൊണ്ടുപോയെ."

"അപ്പഴവനെക്കടിച്ചത് പേപ്പട്ടിയാരുന്നോ മോളെ?"

വിഷാദത്തോടെ അമ്മ ചോദിച്ചു.

മൂന്നാം ദിവസം ഐസക്കിനെ തിരിച്ചുകൊണ്ടുവന്നു. കറുത്ത ശവപ്പെട്ടിയിൽ വച്ച് ഒരു വെളുത്ത ആംബുലൻസിൽ.

കാണാൻ പോയില്ല.

അത് ഐസക്കിന്റെ മുഖമല്ലായിരുന്നു എന്നാണ് ഡെയ്സി വന്നു പറഞ്ഞത്.

എത്രയോ ദിവസം കഴിഞ്ഞാണ് കണ്ണുകൾ തോർന്നത്. ഓർക്കുമ്പോഴൊക്കെ നെഞ്ചു തകരുകയായിരുന്നു.

ഹൃദയത്തിലെ രക്തമാണ് കണ്ണീരായി പുറത്തുവന്നത്.

ഐസക്ക് വരുമെന്നോർത്ത് എത്ര സന്ധ്യകളിൽ വാവലുകളുടെ ചിറകടിയൊച്ചയും വാഴയിലകളിൽ കാറ്റിന്റെ ആരവവും കേട്ട് വൃഥാ കാത്തു

നിന്നു. എത്ര രാത്രികറിൽ ആ ചൂളം വിളിക്കായി കാതോർത്തു കിടന്നു.

സ്നേഹിക്കുന്നവരെ പെട്ടെന്നൊരുദിവസം മരണം വന്ന് കൊണ്ടുപോകുമ്പോഴുള്ള വേദന സിസ്റ്റർ ക്ളെയർ എണ്ണാൻ മറന്നു.

എന്തിനാണ് ദൈവം ഐസക്കിനെ ശിക്ഷിച്ചത്? എന്തിനാണ് ജെസ്സിയെ ശിക്ഷിച്ചത്?

ഞാൻ എന്റെ വീടിന്റെ കിളിവാതില്ക്കൽ അഴികൾക്കിടയിൽക്കൂടി നോക്കിക്കൊണ്ടിരിക്കുമ്പോൾ ഭോഷന്മാരുടെയിടയിൽ ഒരുത്തനെ കണ്ടു. യൗവനക്കാരുടെ കൂട്ടത്തിൽ ബുദ്ധിഹീനനായ ഒരു യുവാവിനെ കണ്ടറിഞ്ഞു.

അവൻ വൈകുന്നേരം സന്ധ്യാസമയത്ത് ഇരുട്ടും അന്ധകാരവുമുള്ള ഒരു രാത്രിയിൽ അവളുടെ വീടിന്റെ കോണിന്നരികെ വീഥിയിൽ കൂടി കടന്ന് അവളുടെ വീട്ടിലേക്കുള്ള വഴിയെ നടന്നു ചെല്ലുന്നു.

പെട്ടെന്നതാ ഹൃദയത്തിൽ ഉപായം ഉള്ളോരു സ്ത്രീ അവനെ എതിരേറ്റു വരുന്നു.

അവൾ മോഹപരവശയും തന്നിഷ്ടക്കാരിയും ആകുന്നു. അവളുടെ കാല് വീട്ടിൽ അടങ്ങിയിരിക്കുകയില്ല.

അവൾ അവനെ പിടിച്ച് ചുംബിച്ചു. ലജ്ജകൂടാതെ അവനോടു പറയുന്നു: അവൾക്ക് സമാധാനയാശ്വാസങ്ങൾ ഉണ്ടായിരുന്നു. ഇതാ ഞാൻ എന്റെ നേർച്ച കഴിച്ചിരിക്കുന്നു. അതുകൊണ്ടു ഞാൻ നിന്നെ കാണാൻ ആഗ്രഹിച്ചു.

ഞാൻ എന്റെ കട്ടിലിന്മേൽ പരവതാനികളും വരിയൻപടങ്ങളും വിരിച്ചിരിക്കുന്നു. മൂറും അകിലും ലവംഗവും കൊണ്ടു ഞാൻ എന്റെ മെത്ത സുഗന്ധമാക്കിയിരിക്കുന്നു.

വരിക. വെളുക്കുംവരെ നമുക്ക് പ്രേമത്തിൽ രമിക്കാം.

പുരുഷൻ വീട്ടിൽ ഇല്ലാ. ദൂരയാത്രയായിരിക്കുന്നു. പണമടിശ്ശീല കൂടെ കൊണ്ടുപോയിട്ടുണ്ട്. പൗർണ്ണമാസിക്കേ അവൻ വീട്ടിൽ വന്നെത്തുകയുള്ളൂ.

ഇങ്ങനെ ഏറിയോരു ഇമ്പവാക്കുകളാൽ അവൾ അവനെ വശീകരിച്ചു. അധരമാധുര്യം കൊണ്ട് അവനെ നിർബന്ധിക്കുന്നു.

അറുക്കുന്നേടത്തേക്കു കാളയും ചങ്ങലയിലേക്കു ഭോഷനും പോകുന്നപോലെയും പക്ഷി ജീവഹാനിയുള്ളതെന്നറിയാതെ കെണിയിലേക്കു ബദ്ധപ്പെടുന്നതുപോലെയും കരളിൽ അസ്ത്രം തറക്കുവോളം അവൻ അവളുടെ പിന്നാലെ ചെല്ലുന്നു.

“ഐസക്ക്...”

സദൃശ്യവാക്യങ്ങൾക്കുമേൽ മുഖമമർത്തി അവൾ മെഴുകുതിരി വെളിച്ചത്തിൽ തേങ്ങി.

പത്ത്

ഇളം ചുവപ്പുനിറത്തിന്റെ ആധിപത്യമുള്ള മുറിയായിരുന്നു ഫാദർ ജോസ് സിറിയക്കിന്റേത്. ചുവപ്പുനിറമുള്ള ജനാലത്തിരശ്ശീലകൾ. വാതിൽത്തിരശ്ശീലകൾ. ചുവപ്പുനിറമുള്ള മേശവിരി. കസേരകളിൽ ചുവപ്പുകവറുകളുള്ള ഫോം കുഷ്യനുകൾ. നിലത്ത് ചുവന്ന കാർപ്പെറ്റ്. ഭിത്തിക്ക് ചന്ദനനിറം.

ഇരിപ്പുമുറിയായിരുന്നു അത്. ഇടതുവശത്തും വലതുവശത്തും ഓരോ മുറികൾകൂടിയുണ്ട്. ഇടതുവശത്തേത് കിടപ്പുമുറിയായിരുന്നു. കാറ്റിലാടുന്ന വാതിൽത്തിരശ്ശീലയുടെ വിടവിലൂടെ വലിയ വീട്ടിക്കട്ടിലും റോസാപ്പൂക്കളുടെ പ്രിന്റുള്ള മെത്തവിരിയും കാണാമായിരുന്നു.

"താനിവിടെ ആദ്യമായി വരികയല്ലേ?"

പതുപതുത്ത സോഫയിലേക്ക് അമർന്നുകൊണ്ട് സിറിയക്കച്ചൻ ചോദിച്ചു.

"അതേ അച്ചോ." ശിവമോഹൻ പതുക്കെ പറഞ്ഞു.

"താനെന്താ ഇരിക്കാത്തത്? ഇരിയെടോ."

അവൻ ഒരു കസേരയിൽ ഇരുന്നു.

ടി.വി. യിൽ അലീഷയുടെ വീഡിയോ ഡിസ്കാണ് ഇട്ടിരിക്കുന്നത്. സ്ക്രീനിൽ അവളുടെ മുഖത്തിന്റെ ക്ളോസപ്പ്. കടുഞ്ചോരച്ചുവപ്പുറ്റ ചുണ്ടുകളിൽ വിടരുന്നത് വിഷയാസക്തി. ചാരനിറമുള്ള കണ്ണുകളിൽ ലഹരി. അവൾ ഒരു പെൺപിറാവിനെപ്പോലെ രാഗവിവശയായി കുറുകുന്നു.

"ശിവമോഹന് പാട്ട് ഇഷ്ടമാണോ?"

സ്ക്രീനിൽ നിന്ന് കണ്ണുകളെടുക്കാതെ സിറിയക്കച്ചൻ ചോദിച്ചു.

"ഉം." അവൻ മൂളി.

"സംഗീതം എന്റെയൊരു വീക്ക്നെസ്സാ...സംഗീതം മാത്രമല്ല. നൃത്തം, ആക്ഷൻ സിനിമകൾ, ഡിക്റ്ററ്റീവ് നോവലുകൾ, ടെന്നീസ്, നല്ല ഭക്ഷണം, പഴക്കംചെന്ന വൈൻ, മുന്തിയ സിഗരറ്റ്...എല്ലാം എന്റെ ബലഹീനതകളാണ്." പൊട്ടിച്ചിരിച്ചുകൊണ്ട് സിറിയക്കച്ചൻ പറഞ്ഞു.

വട്ടക്കഴുത്തുള്ള അമേരിക്കൻ ടീ ഷർട്ടും അമേരിക്കൻ ലുങ്കിയും ധരിച്ച അച്ചൻ ഇങ്ങനെ പറയുമ്പോൾ അവിശ്വസിക്കേണ്ടതില്ല. ഒരു കായികാഭ്യാസിയുടേതുപോലെ ദൃഢവും കരുത്തുള്ള ദേഹവുമാണ് സിറിയക്കച്ചന്റേത്. അയഞ്ഞ ളോഹ ഒരിക്കലും അത് വെളിവാക്കുകയില്ല.

നീല നിറത്തിലുള്ള വള്ളിച്ചെരുപ്പിൽ നിന്ന് അച്ചൻ പാദങ്ങളെ വിമുക്തമാക്കി. അച്ചന്റെ പാദങ്ങൾ കുഞ്ഞുങ്ങളുടേതുപോലെ വൃത്തിയുള്ളതും തുടുത്തതുമായിരുന്നു.

"തനിക്ക് കുടിക്കാനെന്താ വേണ്ടത്?' പെട്ടെന്ന് സിറിയക്കച്ചൻ ചോദിച്ചു.

"ഒന്നും വേണ്ടച്ചോ." ശിവമോഹൻ വിനയത്തോടെ പറഞ്ഞു.

"അതു പറ്റില്ല. താനെന്റെ അതിഥിയാണ്. എന്തെങ്കിലും കുടിക്കാതെ

തന്നെ എനിക്ക് വിടാൻ പറ്റുകേലാ."

കുസൃതിച്ചിരിയോടെ സിറിയക്കച്ചൻ അവനെ നോക്കി. അവൻ നിർവ്വികാരനായി ഇരുന്നതേയുള്ളൂ. എന്തിനാണ് അച്ചൻ എന്നെ വിളിപ്പിച്ചത്? വരാൻ അച്ചൻ പറഞ്ഞു. ഞാൻ വന്നു. എന്താണെന്നു വച്ചാൽ അച്ചൻ പറയട്ടെ.

"ശിവമോഹന് എന്താ കുടിക്കാൻ വേണ്ടത്?" എന്തു വേണമെങ്കിലും ഇവിടുണ്ട്. പറഞ്ഞാൽ മാത്രം മതി. ഇഷ്ടമുള്ളത് എടുക്കാം. ഞാൻ അച്ചനാണെന്നോ വാർദ്ധനാണെന്നോ വിചാരിക്കേണ്ടാ. ഇത് എന്റെ പാർപ്പിടം. താൻ എന്റെ അതിഥി. ഞാൻ ആതിഥേയൻ. ധൈര്യമായി പറഞ്ഞോളൂ. എന്താ വേണ്ടത്?"

"ഒന്നും വേണ്ടച്ചോ. എനിക്കിപ്പോൾ ദാഹം തോന്നുന്നില്ല." അവൻ പറഞ്ഞു.

"അതു കള്ളം. തനിക്കിപ്പോൾ നല്ല ദാഹമുണ്ട്. പ്രത്യേകിച്ചും ഇത്രയേറെ നടന്നു ക്ഷീണിച്ച ഈ സന്ധ്യാനേരത്ത്. മൂന്നരയായപ്പം താനിവിടുന്ന് ഇറങ്ങിപ്പോകുന്നത് ഞാൻ കണ്ടല്ലോ...വിസ്കിയും ബ്രാണ്ടിയുമുണ്ട്. അതല്ലെങ്കിൽ വോഡ്കയുമുണ്ട്. ഇതൊന്നും എനിക്കുവേണ്ടി വാങ്ങിവച്ചതല്ല. എന്നെ കാണാൻ വരുന്ന അതിഥികളെ സൽക്കരിക്കാൻ മാത്രം..."

സിറിയക്കച്ചൻ കളിയാക്കുകയാണോ എന്ന് ശിവമോഹന് തോന്നാതിരുന്നില്ല. പക്ഷേ അച്ചന്റെ സ്വരം ആത്മാർത്ഥത നിറഞ്ഞതായിരുന്നു.

"ഇതൊന്നും ഉപയോഗിക്കത്തില്ലെങ്കിൽ ബിയറുണ്ട്. നല്ല ചിൽഡ് ബിയർ." മുറിയിലുണ്ടായിരുന്ന മിനി ഫ്രിഡ്ജ് ചൂണ്ടിക്കാട്ടി അച്ചൻ പറഞ്ഞു.

"ഒന്നും വേണ്ടച്ചോ...എനിക്കൊരു ഗ്ലാസ്സ് ഐസ് വാട്ടർ തന്നാൽ മതി." ഒടുവിൽ അവൻ പറഞ്ഞു.

"ശരീരം വല്ലാതെ ചൂടുപിടിച്ചിരിക്കുന്നു. അല്ലേ? ഉഷ്ണം ഉഷ്ണേന ശാന്തി. ചൂടിനെ ചൂടുകൊണ്ട് നേരിടുക. താനിരിക്ക് ഞാനിപ്പം വരാം."

വള്ളിച്ചെരുപ്പുകൾ കാലിൽ തിരുകി സിറിയക്കച്ചൻ എഴുന്നേറ്റു. എന്നിട്ട് ചുവപ്പുനിറമുള്ള തിരശ്ശീല വകഞ്ഞുമാറ്റി ഇടതുവശത്തെ മുറിയിൽ മറഞ്ഞു.

ശിവമോൻ വെറുതേ കണ്ണുകളെ മുറിയിൽ അലയാൻ വിട്ടുകൊണ്ട് കസേരയിൽ ഇരുന്നു. മുറിയിൽ രണ്ട് ചിത്രങ്ങളുണ്ടായിരുന്നു. ഒരു ഭിത്തിയിൽ ക്രിസ്തുദേവന്റെ മനോഹരമായ ഒരു പോർട്രെയ്റ്റ്. അന്നുവരെ അവൻ അത്തരം ചിത്രം കണ്ടിട്ടുണ്ടായിരുന്നില്ല.

എതിരേയുള്ള ഭിത്തിയിൽ മോണോലിസ.

മേശപ്പുറത്ത് ഭംഗിയായി അടുക്കിവച്ച ഇംഗ്ലീഷ് പുസ്തകങ്ങൾ. ടെന്നീസ് റാക്കറ്റ് നിലത്ത് ഭിത്തിയിൽ ചാരിവച്ചിരിക്കുന്നു. ഫ്ളവർവേസിൽ ചുവന്ന പൂക്കൾ. ഭിത്തിയിലെ രണ്ടുവരി പുസ്തകറാക്കിൽ

ചൈനീസ് ബുദ്ധന്റെ ചെറിയ പ്രതിമ.

കണ്ണുകൾ അവസാനം വന്നുനിന്നത് ടി.വി. സ്ക്രീനിലാണ്. അലീഷ ചിനായ്യെ കാണാനില്ല. ഡിസ്ക് ഓടിത്തീർന്നിരിക്കുന്നു.

ചുവപ്പുദ്രാവകം നിറച്ച രണ്ടു ഗ്ലാസ്സുളുമായി സിറിയക്കച്ചൻ പ്രവേശിച്ചു. ഒന്ന് അദ്ദേഹം ശിവമോഹന് നീട്ടി.

“കുടിക്ക് ഒന്നാംതരം വീഞ്ഞാണ്. ഇറ്റാലിയൻ സാധനം. വെളിയിൽ തനിക്കിത് കിട്ടത്തില്ല.” അച്ചൻ പറഞ്ഞു.

“എനിക്കു വേണ്ടച്ചോ. തലയ്ക്കു പിടിക്കുന്ന ഒന്നും ഞാൻ കുടിക്കത്തില്ല.”

സിറിയക്കച്ചൻ പൊട്ടിച്ചിരിച്ചു.

“തലയ്ക്കു പിടിക്കുന്ന ഒന്നും ഞാനും കുടിക്കത്തില്ലടോ. അകത്തുചെന്നാൽ ചിലപ്പോൾ ഇവൻ ഹൃദയത്തെ ഒന്നു പിടിച്ചെന്നിരിക്കും. അത്രേയുള്ളൂ.”

ആദ്യം ഒന്നു മടിച്ചെങ്കിലും അവൻ ആ ഗ്ലാസ്സ് വാങ്ങി. സിറിയക്കച്ചൻ ഒറ്റ വലിക്ക് ഗ്ലാസ്സിലെ വീഞ്ഞ് പകുതിയോളം കുടിച്ചു.

ശിവമോഹൻ ഭയത്തോടെ ഗ്ലാസ്സ് ഒന്നു മൊത്തി. ഭാഗ്യത്തിന് ദുസ്വാദില്ല. ചവർപ്പും പുളിയും മധുരവും.

“വായിക്കാൻ നല്ല പുസ്തകം വല്ലതുമണ്ടോന്ന് ഞാനിന്നലെ ജനറൽ ലൈബ്രറീലെ കാറ്റലോഗ് തെരഞ്ഞപ്പഴാ ഇയാൻ ഫ്ളെമിംഗിന്റെ പേര് കണ്ടത്. നോക്കിയപ്പോൾ ‘തണ്ടർ ബോൾ’ ഉണ്ട്. പക്ഷേ ഷെൽഫിൽ തപ്പിയിട്ട് അതു കണ്ടുകിട്ടിയില്ല. ആരാ അതു കൊണ്ടുപോയതെന്നു ചോദിച്ചപ്പം കാർഡു നോക്കിയിട്ട് എലിസബത്ത് പറഞ്ഞു. ഫൈനൽ ബി.എസ്.സി. സുവോളജിയിലെ ശിവമോഹൻ കോണ്ടുപോയേക്കുവാണെന്ന്.”

“ശരിയാ അച്ചോ. ആ പുസ്തകം എന്റെ കയ്യിലുണ്ട്.” അവൻ പെട്ടെന്നു പറഞ്ഞു.

“വായിച്ചു കഴിയുമ്പം എനിക്കതൊന്നു വേണമല്ലോ ശിവമോഹനാ. അക്കാര്യം പറയാനാ ഞാൻ തന്നെ വിളിപ്പിച്ചെ.”

“അതിനെന്താ അച്ചോ....രാത്രിതന്നെ ഞാനത് തീർത്തിട്ട് നാളെ തിരിച്ചുതരാം. ഇനി പത്തിരുപത്തഞ്ച് പേജു കൂടിയേ വായിക്കാനുള്ളൂ.”

പുസ്തകത്തിന്റെ കാര്യം പറയാനാണ് സിറിയക്കച്ചൻ വിളിപ്പിച്ചതെന്ന് ശിവമോഹന് തോന്നിയില്ല. അതു പറയാനായിരുന്നെങ്കിൽ അന്തോണിച്ചേട്ടനെ വിട്ടാൽ മതിയായിരുന്നല്ലോ.

ഗ്ലാസ്സിൽ അവശേഷിച്ച വീഞ്ഞും അവൻ കുടിച്ചുതീർത്തു. എന്നിട്ട് പുറംകൈ കൊണ്ട് ചുണ്ടു തുടച്ചു. അവന് അപ്പോൾ അസാധാരണമായൊരു ഉന്മേഷം തോന്നി. മനസ്സിൽ തങ്ങിനിന്നിരുന്ന വിഷാദത്തിന്റെ മൂടൽമഞ്ഞ് ഉരുകിപ്പോയി.

ശിവമോഹന്റെ കയ്യിൽ നിന്ന് ഒഴിഞ്ഞ ഗ്ലാസ്സു വാങ്ങി സിറിയക്കച്ചൻ

അകത്തേക്ക് പോയി.

അലീഷയെ ഒരിക്കൽ കൂടി കാണാം. മുഷിയില്ല.

ശിവമോഹൻ എഴുന്നേറ്റു ചെന്ന് മേശപ്പുറത്തുനിന്ന് റിമോട്ട്കൺട്രോളെടുത്ത് ബട്ടണിൽ വിരലമർത്തി.

മേശപ്പുറത്ത് വേറേ നാലഞ്ച് ഡി.വി.ഡി.കൾ ഉണ്ടായിരുന്നു. അവൻ വെറുതേ അതെടുത്ത് നോക്കി. എല്ലാം ഇംഗ്ലീസ് സിനിമകളാണ്. മിക്കതും അവൻ കണ്ടിട്ടുള്ളത്. സൈഡക്ഷൻസ് ഓഫ് ജൂലിയ ആൻ. സീക്രട്ട് വേൾഡ് ഓഫ് ഇമ്മാനുവലെ...

ദൈവമേ അച്ചനീ ഡിസ്കുകൾ എവിടെ നിന്ന് കിട്ടുന്നു?

സിറിയക്കച്ചൻ വീണ്ടും നിറഗ്ലാസ്സുകളുമായി പ്രത്യക്ഷപ്പെട്ടു. ഇത്തവണ വീഞ്ഞിന് നിറം കൂടുതലാണെന്ന് ശിവമോഹന് തോന്നി.

അച്ചൻ നീട്ടിയ ഗ്ലാസ് അവൻ നിഷേധിച്ചില്ല.

അലീഷ വീണ്ടും പാടാൻ തുടങ്ങി.

"കുടിക്കെടോ. ഇന്ന് ശനിയാഴ്ച. വിശ്രമദിനമാണ്. ആസ്വദിക്കുക, ആഹ്ലാദിക്കുക. യൂഷലി വാട്ട് വിൽ യു ഡൂ ഓൺ സാറ്റർഡേയ്സ്?"

അച്ചൻ അന്വേഷിച്ചു.

"നത്തിംഗ്." അവൻ പറഞ്ഞു.

"അതു നുണ. യു വിൽ ഗോ ഫോർ എ വോക്ക് ഇൻ ദി ഈവനിംഗ്സ്..." ചിരിച്ചുകൊണ്ട് അച്ചൻ പറഞ്ഞു.

"സംടൈംസ്." അവൻ ശരിവച്ചു.

"തനിച്ച്?"

"ചിലപ്പോഴൊക്കെ തോമാച്ചൻ വരും."

"തോമാച്ചൻ വരാത്ത ദിവസം ആരുണ്ടാവും?" ചിരിച്ചുകൊണ്ട് അച്ചൻ വീണ്ടും ചോദിച്ചു.

വീഞ്ഞു കുടിച്ചതല്ലാതെ ശിവമോഹൻ അതിന് മറുപടി പറഞ്ഞില്ല. വീഞ്ഞിന് ചവർപ്പ് ഏറിയിരിക്കുന്നു. പക്ഷേ അത് സ്വാദിഷ്ടവുമായിരുന്നു. ആഹ്ലാദദായകവും.

"തോമസ്സിന്റെ കൂടെ എവിടെവരെ പോകും?"

"പുഴ വരെ."

"വിളഞ്ഞ കരിമ്പു കാണുമ്പോൾ എന്തു തോന്നും?"

ശിവമോഹൻ മിഴിച്ചുനോക്കി.

"പിഴുതെടുത്തുകൊണ്ടുവരാൻ തോന്നുമോ?"

"ഇല്ലച്ചോ." അവന് പെട്ടെന്ന് കാര്യം മനസ്സിലായി.

"നല്ലത്. കൂട്ടുകാരന്റെ മുന്തിരിത്തോട്ടത്തിലൂടെ പോകുമ്പോൾ ഇഷ്ടം പോലെ മുന്തിരിപ്പഴം തൃപ്തിയാംവണ്ണം നിനക്ക് തിന്നാം. എങ്കിലും നിന്റെ പാത്രത്തിൽ ഇടരുത്. കൂട്ടുകാരന്റെ വിളഭൂമിയിലൂടെ പോകുമ്പോൾ നിനക്ക് കൈകൊണ്ട് കതിർ പറിക്കാം. എങ്കിലും കൂട്ടുകാരന്റെ വിളവിൽ അരിവാൾ വയ്ക്കരുത്."

എല്ലാം ശരിയെന്ന മട്ടിൽ അവൻ തലകുലുക്കി.

"വിരുന്നു വന്നവനേ, നീ മതിവരുവോളം ദാഹം തീർക്കുക. പിന്നാലെ വരുന്നവർക്കായി. പാനപാത്രം കേടുവരുത്താതെ വയ്ക്കുക."

ഒഴിഞ്ഞ സ്ഫടികപ്പാത്രം അവൻ ആദരപൂർവ്വം സിറിയക്കച്ചനെ ഏല്പിച്ചു.

"ഇത്തിരിക്കൂടി?"

"മതിയച്ചോ."

"യൗവനക്കാരാ, നിന്റെ വിരുന്നുകാരൻ ചെറുത്. നീ ഭോഷനെപ്പോലെ സംസാരിക്കരുത്. ഹേമന്തം ആരെയും കാത്തുനിൽക്കുന്നില്ല. രാവോ കറുത്തുകഴിഞ്ഞിരിക്കുന്നു."

"ഞാൻ പോവാ അച്ചോ."

ശിവമോഹൻ ബദ്ധപ്പെട്ട് എഴുന്നേറ്റ് നിന്നു. കാലുകൾക്ക് ബലക്കുറവുണ്ടെന്ന് അപ്പോഴാണ് അവനറിയുന്നത്.

"അപ്പോൾ ആ പുസ്തകം?"

"നാളെ."

"പോകുംമുമ്പ് യൗവനക്കാരാ നിന്നോട് ഒരു ചോദ്യം."

അവൻ നിന്നു.

"നീയേറ്റവും കൂടുതൽ സ്നേഹിക്കുന്ന പെണ്ണ് ഏതവൾ?"

"വനജ."

"നിന്നെ ഏറ്റവും കൂടുതൽ ആകർഷിച്ച സ്ത്രീയോ?"

"വനജ."

"പച്ചക്കള്ളം."

"സത്യം."

"ഏതു വനജ?"

"പേരിൽ എന്തിരിക്കുന്നു അച്ചോ? ഞാനോ യുവാവ്. അവൾ കന്യകയായ സ്ത്രീ...താങ്ക്യൂ ഫോർ എവരിതിംഗ്...ആന്റ് ഗുഡ്നൈറ്റ് ഫാദർ ജോസ് സിറിയക്ക്....ഗുഡ് നൈറ്റ്.

മുറിയിൽ നിന്നിറങ്ങി പിന്നിൽ വാതിൽ ചേർത്തടയ്ക്കുമ്പോൾ സിറിയക്കച്ചൻ കൈയിൽ പാതിയൊഴിഞ്ഞ ഗ്ലാസ്സുമായി നിശ്ചലനായി നിൽക്കുകയായിരുന്നു. വേച്ചുവേച്ച് ശിവമോഹൻ സ്റ്റെയർകേസിനടുത്തേക്ക് നടന്നു. സംഗീതക്കാർ മുമ്പിൽ നടന്നു. വീണക്കാർ പിമ്പിൽ നടന്നു. തപ്പുകൊട്ടുന്ന കന്യകമാർ ഇരുപുറവും നടന്നു.

എത്ര ഇറങ്ങിയിട്ടും പടികൾ അവസാനിക്കുന്നില്ല. മൂന്നു നിലകളും ഇറങ്ങിക്കഴിഞ്ഞപ്പോൾ വീണ്ടും മൂന്ന് നിലകൾ ബാക്കി. വഴി തെറ്റി നരകത്തിലേക്ക് പോകുന്നോ ഞാൻ? അവൻ പകച്ചുനോക്കി.

ആറാം നമ്പർ മുറി കണ്ടുപിടിക്കാൻ എത്ര ശ്രമിച്ചിട്ടും ശിവമോഹന് കഴിഞ്ഞില്ല. ആറാം നമ്പർ മുറി ഒളിച്ചുകളിക്കുന്നു. ഒടുവിൽ അഞ്ചിനും ഏഴിനും നടുവിലുള്ള മുറി ആറാണെന്ന് അവൻ തീർച്ചപ്പെടുത്തി.

അടഞ്ഞ വാതിലിനുമേൽ ശരീരമമർത്തി. അകത്ത് കുറ്റിയിട്ടിട്ടില്ലായിരുന്നതിനാൽ വാതിൽ താനേ തുറന്ന് അവൻ അകത്തേക്ക് പറന്നു പോയി. എഴുന്നേറ്റുവന്ന തോമസ്സിന്റെ ദേഹത്തേക്കാണ് അവൻ വീണത്.

കിടക്കയിൽ കുറുകെ മലർന്നുകിടക്കുന്ന ശിവമോഹൻ ആകാശത്ത് രണ്ടു മുഖങ്ങൾ കണ്ടു.

"പറുദീസയിൽ നീ കണ്ട കാഴ്ചയെന്ത് ചങ്ങാതീ?"

സുബ്രൻ ചോദിച്ചു.

"അലീഷാ ചീനോയ് നൃത്തം ചെയ്യുന്നതു കണ്ടു."

"നിനക്കവിടെ എന്തോ പാനോപചാരം കിട്ടി?"

"വീഞ്ഞു കിട്ടി."

"കഷ്ടമേ...നീ വീഞ്ഞു കുടിച്ചോ?"

തോമസ് അതുകേട്ട് പരിതപിച്ചു.

"കുടിച്ചു. ആർക്ക്, എന്തു കഷ്ടം തോമാച്ചോ?"

"ആർക്ക് കഷ്ടം. ആർക്ക് സങ്കടം. ആർക്ക് കലഹം. ആർക്ക് ആവലാതി. ആർക്ക് അനാവശ്യമുറിവുകൾ. ആർക്ക് കൺചുവപ്പ്? വീഞ്ഞു കുടിച്ചുകൊണ്ട് നേരം വൈകിക്കുന്നവർക്കും മദ്യം രുചിച്ചുനോക്കാൻ പോകുന്നവർക്കും തന്നെ." തോമസ് പറഞ്ഞു.

ശിവമോഹൻ പരിഹാസത്തോടെ ചിരിച്ചു.

"നീ ചിരിക്കേണ്ട. വീഞ്ഞ് ചുവന്ന പാത്രത്തിൽ തിളങ്ങുന്നതും രസമായി ഇറക്കുന്നതും നീ നോക്കരുത്. ഒടുക്കം അത് സർപ്പംപോലെ കടിക്കും. അണലിയെപ്പോലെ കൊത്തും. നിന്റെ കണ്ണ് പരസ്ത്രീകളെ നോക്കും. നിന്റെ ഹൃദയം വക്രത പറയും."

തോമസ് മൊഴിഞ്ഞു.

"ചെകുത്താനേ നീ വേദമോതുന്നോ" ശിവമോഹൻ പൊട്ടിച്ചിരിച്ചു.

തോമസ്സും സുബ്രനും ആ ചിരി ഏറ്റെടുത്തു.

അപ്പോൾ അത്യുന്നതങ്ങളിലെവിടെയോ ഒരു സ്ഫടികപാത്രം വീണു തകർന്നു.

പതിനൊന്ന്

സാധാരണ രാവിലെ പത്തുമണിക്ക് പത്തുമിനിറ്റുള്ളപ്പോഴാണ് സിസ്റ്റർ മറിയാന്ന ക്ളെയർ കോളജിലേക്കു പോകാറുള്ളത്. വെറും മൂന്നോ നാലോ മിനിറ്റുനേരത്തെ നടപ്പ്. സ്റ്റാഫ് റൂമിൽ ചെന്ന് കുറച്ചുനേരം ഇരിക്കാം. പത്തുമണിക്ക് ബെല്ലടിക്കുമ്പോൾ ക്ലാസ്സിലേക്ക് പോയാൽ മതി.

ആഴ്ചയിൽ രണ്ടുദിവസം മാത്രമേ ആദ്യപിരീഡ് ക്ലാസ്സുള്ളൂ. തിങ്കളും വ്യാഴവും മാത്രം.

അന്ന് ഒൻപതരയായപ്പോൾ കോളേജിൽ പോകാൻ ഒരുങ്ങി സിസ്റ്റർ എമ്മ വന്നു.

"സിസ്റ്റർ വരുന്നോ? ഞാമ്പോവാ."

"ഇത്ര നേരത്തെ" സിസ്റ്റർ ക്ളെയർ ചോദിച്ചു.

"ചെന്നിട്ട് കുറച്ചു പണിയുണ്ട്. അടുത്തയാഴ്ച ഓഡിറ്റിങ് തുടങ്ങുവാ. അതിനു മുമ്പ് കണക്കുകളെല്ലാം അപ്ടുഡേറ്റ് ആക്കിവെക്കണം. സിസ്റ്റർ എമ്മ പറഞ്ഞു."

"ശരി ഞാനും വരാം."

സിസ്റ്റർ എമ്മയോടൊപ്പം സിസ്റ്റർ ക്ളെയർ കോളേജിൽ പോകാനിറങ്ങി. ആദ്യത്തെ പീരിഡ് എം.എസ്സിക്കാർക്ക് ക്ലാസ്സുണ്ട്. ഉച്ചകഴിഞ്ഞ് അവർക്ക് ഫിസിയോളജി പ്രാക്ടിക്കലും. പ്രാക്ടിക്കലിന്റെ ചാർജ് സിസ്റ്റർ ക്ളെയറിനാണ്.

കോളേജിലെത്തിയപ്പോൾ സിസ്റ്റർ എമ്മ പ്രധാനകെട്ടിടത്തിന്റെ പിൻവശത്തേക്ക് യാത്ര പറഞ്ഞ് പോയി. കോളേജ് കാന്റീനോടു ചേർന്നാണ് കോ ഓപ്പറേറ്റീവ് സ്റ്റോർ. സിസ്റ്റർ ക്ളെയർ ചെന്നപ്പോൾ സ്റ്റാഫ്റൂം വിജനമായിരുന്നു. ആരും എത്തിയിരുന്നില്ല.

സീറ്റിൽചെന്ന് സിസ്റ്റർ ഇരുന്നു. തോമസ് മാത്യുവിന്റെ മേശപ്പുറത്തിരിക്കുന്ന സിഗരറ്റ് പാക്കറ്റ് അപ്പോഴാണ് കണ്ണിൽപ്പെട്ടത്. ഇന്നലെ മറന്നു വച്ചിട്ട് പോയതാവണം. വെറുതെ ഒരു കൗതുകം തോന്നി. സിസ്റ്റർ മെല്ലെ എഴുന്നേറ്റുചെന്ന് ആ സിഗരറ്റ് പാക്കറ്റ് കയ്യിലെടുത്തു കുലുക്കി നോക്കിയപ്പോൾ ഉള്ളിൽ സിഗരറ്റുണ്ടെന്ന് മനസ്സിലായി.

സിസ്റ്റർ അതു തുറന്നു നോക്കി. ഫിൽട്ടർ സിഗരറ്റാണ്. നാലെണ്ണമുണ്ട്. അറിയാതെ സിസ്റ്റർ അത് മുഖത്തേക്കുയർത്തി വാസനിച്ചു നോക്കി. പുകയിലയുടെ മൃദുവായ ഗന്ധം ആത്മാവിലോളം ചെന്നു.

ഐസക്കിന്റെ ചുണ്ടുകൾക്ക് ഇതേ മണമായിരുന്നു.

"ഐസക്ക് ഇന്ന് സിഗരറ്റ് വലിച്ചോ?"

"ഉം. ജെസ്സിക്കിഷ്ടമല്ലെ?"

"ഇഷ്ടമില്ലെന്നൊന്നും ഞാൻ പറഞ്ഞില്ലല്ലൊ." ഐസക്കിന് സിഗരറ്റു വലിക്കുന്ന സ്വഭാവമില്ലാത്തതുകൊണ്ടു ചോദിച്ചതാ."

പുളിപ്പറമ്പിലെ ഔസേപ്പച്ചൻ ദുബായീന്ന് വന്നിട്ടൊണ്ട്. കണ്ടപ്പോ അവനൊരു പാക്കറ്റ് സിഗരറ്റുതന്നു. വേണ്ടാന്ന് ഞാൻ പറഞ്ഞില്ല.

ഇങ്ങോട്ടു വരുമ്പം പീലാത്തോസിനെ കണ്ടു. അവനും ഞാനുംകൂടെ ഓരോന്നു വലിച്ചു. ഇനി പതിനെട്ടെണ്ണം ബാക്കിയുണ്ട്. അപ്പച്ചന് കൊടുത്തേക്കാം. പോക്കറ്റിൽനിന്ന് സിഗരറ്റു പാക്കറ്റെടുത്ത് കാട്ടി ഐസക്ക് പറഞ്ഞു. മങ്ങിയ വെളിച്ചത്തിൽ പാക്കറ്റിനു പുറത്തുള്ള സ്വർണ്ണവരകൾ തിളങ്ങി.

"അപ്പച്ചന് കൊടുക്കണ്ടാ." അവൾ പറഞ്ഞു.

''പിന്നെന്തു ചെയ്യും?"

"ഐസക്ക് വലിച്ചോ."

"എനിക്കിഷ്ടമല്ല."

"എനിക്കിഷ്ടമാ ഈ മണം. ഇതുപോലെ എന്നും സന്ധ്യക്ക് ഐസക്

ഓരോ സിഗരറ്റ് വലിക്കണം."

അവൾ പറഞ്ഞു.

"കള്ളി." ഐസക്ക് അടക്കിച്ചിരിച്ചു.

സിസ്റ്റർ ക്ളെയർ കൈ പൊള്ളിയതുപോലെ പെട്ടെന്ന് സിഗരറ്റു പാക്കറ്റ് മേശപ്പുറത്തുവച്ചു.

ഈപ്പൻചേട്ടൻ വന്നിട്ടുണ്ടാവുമോ? ഉച്ചകഴിഞ്ഞ് ഫിസിയോളജി പ്രാക്ടിക്കലുണ്ട്. കെമിക്കലുകൾ തയ്യാറാക്കി വെക്കണം.

സിസ്റ്റർ ലാബറട്ടറിയിലേക്ക് നടന്നു. വിവിധതരം ജീവികളുടെ ശരീരങ്ങൾ സ്പിരിറ്റിലിട്ട് സൂക്ഷിച്ച കണ്ണാടിഭരണികൾ നിരത്തിവച്ച അലമാരകൾക്കിടയിൽ അപ്പോൾ ഒരു തേങ്ങൽകേട്ടു നോക്കിയപ്പോൾ തോമസ്സ്മാത്യുവും ഷീലാ ചെറിയാനുമാണ്. ഒരടിപോലും മുന്നോട്ടു വയ്ക്കാനാവാതെ സിസ്റ്റർ നിന്നുപോയി. ഹൃദയം ഉച്ചത്തിൽ മിടിക്കാൻ തുടങ്ങി.

"ഷീല പറയുന്നത് നടക്കാത്ത കാര്യമാ. നമ്മളു തമ്മിൽ പ്രായത്തിൽ ഒത്തിരി വ്യത്യാസമുണ്ട്. ഷീലയ്ക്ക് ഇരുപത്തൊന്ന്. എനിക്ക് മുപ്പത്തെട്ട്. അതെന്താ ഓർക്കാത്തെ?"

"അതൊന്നും എനിക്ക് പ്രശ്നമല്ല സാർ."

"എനിക്ക് പ്രശ്നമാണ്. കെട്ടാമെന്ന് ഞാൻ ഒരിക്കലും പറഞ്ഞിട്ടില്ലല്ലോ. ഷീല അതാഗ്രഹിച്ചതാ തെറ്റ്."

"പെണ്ണിന്റെ മനസ്സ് സാറിനൊരിക്കലും മനസ്സിലാവത്തില്ല."

"ശരിയായിരിക്കും."

"പപ്പയിതറിയുമ്പോ.....ഞാനെങ്ങനെ എല്ലാരുടേം മുഖത്തു നോക്കും...." അവൾ വീണ്ടും തേങ്ങി.

"അക്കാര്യത്തിൽ ഞാൻ പരിഹാരമുണ്ടാക്കാം ഷീലേ. നാളെ രാവിലെ എന്റെ കൂടെ വന്നാൽ മതി. വൈകിട്ടു തിരിച്ചുകൊണ്ടുവിടാം."

അവൾ അല്പനേരം നിശ്ശബ്ദയായി നിന്നു.

"റെയ്ച്ചൽ ടീച്ചറിന്റെ കാര്യം കേട്ടത് അപ്പോ സത്യമല്ലെ?" അവൾ ചോദിച്ചു.

"അല്ല ഷീലേ. ചിലരൊക്കെ പ്രൊപ്പോസലുമായിട്ട് വന്നെങ്കിലും ഞാനിതുവരെ അക്കാര്യത്തെക്കുറിച്ച് റെയ്ച്ചലിനോട് സംസാരിച്ചിട്ടില്ല.

"സത്യം പറയ്....ടീച്ചറിനു വേണ്ട് സാർ എന്നെ ഒഴിവാക്കുകയല്ലെ?"

"സത്യമായും അല്ല. എന്നെ വിശ്വസിയ്ക്ക് ഷീലെ."

"ആണെങ്കിൽ എനിക്കത് സഹിക്കത്തില്ല." അവളുടെ തേങ്ങൽ ഉയർന്നു.

"പ്ലീസ് ഷീലാ....കരയരുത്. ആരെങ്കിലും ഇപ്പോ വരും.....ഞാൻ പോവാണ്."

സിസ്റ്റർ ക്ളെയർ വേഗം ലാബിലേക്ക് നടന്നു. ഈപ്പൻചേട്ടനെ കണ്ടില്ല.

സ്റ്റാഫ് റൂമിൽ തിരിച്ചുവന്നു സിസ്റ്റർ ഇരുന്നു. മനസ്സ് ഒന്നിലും കേന്ദ്രീ

കരിക്കാൻ കഴിഞ്ഞില്ല. ഹൃദയം ക്രമം തെറ്റിയാണ് മിടിച്ചത്.

അല്പനേരം കഴിഞ്ഞപ്പോൾ ഈപ്പൻചേട്ടൻ ഒരു ഫ്ളാസ്ക് തൂക്കിപ്പിടിച്ച്വന്നു.

"ചായ വേണമെന്നു പറഞ്ഞിട്ട് തോമസ് മാത്യുസാർ എവിടെപ്പോയി?

വാതിലിനടുത്ത് പെട്ടെന്ന് തോമസ് മാത്യു പ്രത്യക്ഷപ്പെട്ടു. ഗ്ലാസ് കഴുകി ഈപ്പൻ ചേട്ടൻ ഫ്ളാസ്കിൽനിന്ന് ചായ പകർന്നു.

"സിസ്റ്റർക്ക് ചായ വേണോ?" തോമസ് മാത്യു ചോദിച്ചു.

വേണ്ട സാർ.

"രാവിലെ ബ്രേക്ഫാസ്റ്റ് കഴിക്കാതാ വീട്ടീന്നെറങ്ങിയത്." ആരോടെന്നില്ലാതെ തോമസ് മാത്യു പറഞ്ഞു.

ലാബിലിരിക്കുമ്പോഴാണ് ഷീലാ ചെറിയാൻ സിസ്റ്ററിന്റെയടുത്തേക്ക് വന്നത്. അപ്പോൾ രണ്ടാമത്തെ പീരിഡ് കഴിഞ്ഞ് സിസ്റ്റർ ക്ലാസ്സിൽനിന്ന് വന്ന സമയമായിരുന്നു.

"എന്താ ഷീലെ?" സിസ്റ്റർ അനുതാപത്തോടെ ചോദിച്ചു.

"ലാബിൽ നൈട്രിക് ആസിഡ് തീർന്നു സിസ്റ്ററെ, ഉച്ച കഴിഞ്ഞ് പ്രാക്ടിക്കലുണ്ട്." അവൾ പറഞ്ഞു.

"ഈപ്പൻചേട്ടനോടു പറ. സ്റ്റോറിൽ നിന്നെടുത്തുതരും."

അവൾ തലകുലുക്കി.

ഒന്നു മടിച്ചുനിന്നിട്ടാണ് അവൾ പോയത്. അവൾക്ക് എന്തോ പറയാനുണ്ടായിരുന്നതുപോലെ. അസാധാരണമാംവിധം ശാന്തമായിരുന്നു അപ്പോൾ അവളുടെ മുഖം.

നാളെ രാവിലെ അവൾ തോമസ് മാത്യുവിനോടൊപ്പം പോകുമോ?

ശ്രമിച്ചാൽ റാങ്കു വാങ്ങാവുന്ന കുട്ടിയാണ്. ക്ലാസ്സുപരീക്ഷകളിൽ എന്നും ഒന്നാമതു നിൽക്കുന്നവളാണവൾ. അവൾ തയ്യാറാക്കിക്കൊണ്ടുവരുന്ന നോട്ടുകൾ ഒന്നാന്തരം പഠനങ്ങളാണ്. നല്ലൊരു ഭാവി കാത്തിരിക്കുന്ന കുട്ടി.

ബുദ്ധിശാലിനിയായിട്ടും എന്തേ അവൾക്ക വൈകാരികമായി ഇടറിപ്പോയി?

സൗകര്യം കിട്ടുമ്പോൾ ഷീലയോട് സംസാരിക്കണമെന്ന് സിസ്റ്റർ തീരുമാനിച്ചു. എങ്ങും തൊടാതെ പൊതുവായ ചില ഉപദേശങ്ങൾ. ആത്മവിശ്വാസം വർദ്ധിപ്പിക്കാൻ ചില നിർദ്ദേശങ്ങൾ.

ഡിഗ്രി മൂന്നാം വർഷക്കാർക്കായിരുന്നു രണ്ടാം പീരീഡ്. സിസ്റ്റർ ചെന്നപ്പോൾ കണ്ണുകൾ ആദ്യംപരതിയത് ശിവമോഹനെയാണ്.

അവൻ ക്ലാസ്സിലുണ്ടായിരുന്നില്ല.

മനപ്പൂർവ്വം വരാതിരുന്നതായിരിക്കുമോ?

എന്തുകൊണ്ടോ ഏകാഗ്രതയോടെ ക്ലാസ്സെടുക്കുവാൻ സിസ്റ്ററിന് കഴിഞ്ഞില്ല. ബെല്ലടിക്കുന്നതു വരെ നോട്ട്സ് പറഞ്ഞുകൊടുത്തുകൊണ്ടു നിന്നു. അത് പതിവില്ലാത്തതാണ്. ലൈബ്രറിയിൽ ചെന്ന് പുസ്തകങ്ങൾ

വായിച്ച് സ്വയം നോട്ട്സ് തയ്യാറാക്കാനാണ് സിസ്റ്റർ സാധാരണ പറയാറുള്ളത്.

ശിവമോഹൻ ഇന്ന് കോളജിൽ വന്നില്ലേ എന്ന് ക്ലാസ്സിൽ ആരോടെങ്കിലും ചോദിക്കണമെന്നുണ്ടായിരുന്നു. പക്ഷേ ചോദിച്ചില്ല.

അറ്റന്റൻസ് രജിസ്റ്റർ പരിശോധിച്ചപ്പോൾ ഒരുകാര്യം മനസ്സിലായി. അവൻ കോളേജിൽ വന്നിട്ടുണ്ട്. ആദ്യത്തെ പീരീഡിൽ ഹാജരുണ്ടായിരുന്നു.

അപ്പോൾ മനപ്പൂർവ്വം തന്റെ ക്ലാസ്സിൽ കയറാതിരിക്കുകയാണ്.

മൂന്നാമത്തെ പീരീഡ് ക്ലാസ്സില്ലാഞ്ഞതുകൊണ്ട് സിസ്റ്റർ ക്ളെയർ പ്രീഡിഗ്രി ലാബിലേയ്ക്ക് വെറുതെ ചെന്നു. മേഴ്സിടീച്ചറിനും തോമസ് മാത്യുവിനുമാണ് പ്രീഡിഗ്രി പ്രാക്ടിക്കലിന്റെ ചാർജ്. ചെന്നപ്പോൾ മേഴ്സിടീച്ചർ മാത്രമേയുള്ളൂ. കുട്ടികൾ ചത്ത പാറ്റയെ ഡിസക്ഷൻ ബോർഡിൽ മൊട്ടുസൂചികൊണ്ട് തറച്ച് അതിന്റെ ഉമിനീർഗ്രന്ഥികൾ കണ്ടുപിടിക്കുകയാണ്.

“ഇന്ന് ടീച്ചർ തനിച്ചേയുള്ളോ?”

അടുത്തു ചെന്ന് ഒഴിഞ്ഞുകിടന്ന കസേരയിലിരുന്നുകൊണ്ട് സിസ്റ്റർ ചോദിച്ചു.

“തോമാച്ചൻ പുറത്തേക്ക് പോയതാ സിസ്റ്ററേ. അറിഞ്ഞോ തോമാച്ചൻ നമ്മുടെ റെയ്ച്ചലിനെ കെട്ടാമ്പോവാ.” മേഴ്സിടീച്ചർ പറഞ്ഞു.

ഇംഗ്ലീഷ് ഡിപ്പാർട്ട്മെന്റിൽ ലെക്ചററാണ് റെയ്ച്ചൽ ജോസഫ്. കല്യാണം കഴിഞ്ഞ് രണ്ടു വർഷം തികയും മുമ്പ് ഒരു കാറപകടത്തിൽ റെയ്ചലിന്റെ ഭർത്താവ് മരിച്ചു.

സുന്ദരിയാണ് റെയ്ച്ചൽ.

“ടീച്ചറെങ്ങനറിഞ്ഞു ഇക്കാര്യം?” അത്ഭുതത്തോടെ സിസ്റ്റർ ക്ളെയർ ചോദിച്ചു.

“തോമാച്ചൻ എല്ലാം രഹസ്യമായി വെച്ചേക്കുവാ. റെയ്ച്ചലാ എന്നോടു പറഞ്ഞത്. ഒരു മാസത്തിനുള്ളിൽ കെട്ടു നടക്കും. തോമാച്ചൻ റെയ്ച്ചലിന്റെ അപ്പനേയും മമ്മയേയും കാണാൻ ചെന്നിരുന്നു. അവർക്കും വല്യ താല്പര്യമുണ്ട്.”

തോമസ് മാത്യു ഇതുമാത്രമാണോ രഹസ്യമായി വച്ചിരിക്കുന്നത്?

ഷീലാചെറിയാന്റെ നനഞ്ഞ കണ്ണുകളാണ് അപ്പോൾ ഓർമ്മവന്നത്.

“റെയ്ച്ചലിന് ഒരു കുഞ്ഞില്ലേ?”

“ഉണ്ട് തോമാച്ചനുമുണ്ടല്ലോ ഒരു മോൻ. ഒരുകണക്കിന് അതു നന്നായി സിസ്റ്ററെ. രണ്ടുപേരും ചെറുപ്പം. ജീവിതം അനുഭവിച്ചു തീരാത്തവർ. അവർ ആസ്വദിക്കട്ടെ. വെറുതെയെന്തിനാ അടക്കിപ്പിടിച്ചും നെടുവീർപ്പിട്ടും ജന്മം പാഴാക്കിക്കളയുന്നെ?” സിസ്റ്റർ മുഖം താഴ്ത്തി ഇരുന്നു.

മറ്റൊന്നും ഓർക്കാതെയാണ് മേഴ്സിടീച്ചർ അങ്ങനെ പറഞ്ഞതെ

ങ്കിലും സിസ്റ്ററിന്റെ മനസ്സിൽ എവിടൊക്കെയോ ചെന്ന് ആ വാക്കുകൾകൊണ്ടു.

ഉന്മേഷരഹിതമായ മനസ്സോടെയാണ് സിസ്റ്റർ ക്ളെയർ കോൺവന്റിലേയ്ക്ക് പോയത്. വളവും തിരിവും തടസ്സങ്ങളുമില്ലാതെ നേർരേഖപോലെ ഒഴുകിക്കൊണ്ടിരുന്ന ജീവിതമായിരുന്നു ഇതുവരെ. പക്ഷേ ഇപ്പോൾ.....

മനസ്സിനെ മഥിക്കുന്നതെന്താണെന്ന് തിരിച്ചറിയാൻ സിസ്റ്ററിന് കഴിഞ്ഞില്ല. ശിവമോഹൻ ക്ലാസ്സിൽ കയറാതെ ഒഴിഞ്ഞുമാറി എന്ന അറിവാണോ? തോമസ് മാത്യുവിന്റെ രഹസ്യത്തിന് ദൃക്സാക്ഷിയാകേണ്ടിവന്നതാണോ? ഷീലാ ചെറിയാന്റെ ദയനീയാവസ്ഥ കണ്ടതുകൊണ്ടാണോ?

നിലാവോ നക്ഷത്രങ്ങളോ ഇല്ലാത്ത ഒരു കറുത്ത രാത്രിയായിരുന്നു അത്.

പാതിരാത്രിയിലെപ്പോഴോ ഒരു നിലവിളി കേട്ടുകൊണ്ടാണ് സിസ്റ്റർ ഉണർന്നത്. അടുത്ത ഏതോ മുറിയിൽനിന്നാണ് കരച്ചിൽ കേട്ടതെന്ന് മനസ്സിലായപ്പോൾ വേഗം എഴുന്നേറ്റ് ലൈറ്റിട്ടു.

വാതിൽ തുറന്നു നോക്കിയപ്പോൾ പതിനേഴാം നമ്പർ മുറിയിൽ നിന്നാണ് ശബ്ദം കേട്ടത്. രണ്ടു മൂന്നു പെൺകുട്ടികൾ അങ്ങോട്ട് ഓടിപ്പോകുന്നു.

സിസ്റ്റർ ക്ളെയർ വേഗം അങ്ങോട്ടു ചെന്നു. മുറിയിൽ വെളിച്ചമുണ്ടായിരുന്നു. ഷീല കട്ടിലിൽ കിടന്നു പിടയുന്നു. അവളുടെ ചുണ്ടുകളും കവിളും പൊള്ളലേറ്റ് കരിവാളിച്ചിട്ടുണ്ട്. വായിൽനിന്ന് ചോരയൊഴുന്നു.

ദീപ്തി നിലവിളിക്കുകയാണ്. ഓടിവന്ന പെൺകുട്ടികൾ എന്തുചെയ്യണമെന്നറിയാതെ പകച്ചുനിൽക്കുന്നു.

“സിസ്റ്ററേ ഷീലയേതാണ്ട് മരുന്നുകുടിച്ചു. എന്താണെന്നെനിക്കറിയാൻ വയ്യാ. ഞരക്കംകേട്ട് ഞാനുണർന്ന് ലൈറ്റിട്ടു നോക്കിയപ്പം....” ബാക്കി പറയാൻ വയ്യാതെ ദീപ്തി വീണ്ടും കരഞ്ഞു.

ഷീല കുടിച്ച മരുന്നെന്താണെന്ന് സിസ്റ്റർ ക്ളെയറിന് പെട്ടെന്ന് മനസ്സിലായി. നൈട്രിക് ആസിഡിന്റെ രൂക്ഷഗന്ധം മുറിയിലുണ്ടായിരുന്നു.

സിസ്റ്റർ എമ്മ ഓടി വന്നു. വിവരം അറിഞ്ഞപ്പോൾ മദറിനോട് പറയാൻ ഓടി.

എല്ലാമുറികളിലേയും ലൈറ്റുകൾ തെളിഞ്ഞു. എല്ലാവരും രണ്ടാം നിലയിലേക്ക് ഓടി.

ഇംഗ്ലീഷ് പ്രൊഫസർ ജേക്കബ് മാത്യു കോൺവന്റിനടുത്താണ് താമസിക്കുന്നത്. അദ്ദേഹത്തിന് കാറുണ്ട്. മദർ ഫോൺചെയ്തു പറഞ്ഞപ്പോൾ പ്രൊഫസർ കാറുമായി വന്നു.....ആരോഗ്യമുള്ള നാലഞ്ചു പെൺകുട്ടികൾ ഷീലയെ താങ്ങിയെടുത്ത് കാറിൽ കയറ്റി. കാറിന്റെ പിന്നിലെ ചുവന്ന വെളിച്ചം കണ്ണിൽനിന്നു മറയുന്നതുവരെ സിസ്റ്റർ ക്ളെയർ നോക്കിനിന്നു.

"എന്തിനായിരിക്കും ആ കുട്ടി അതു ചെയ്തത്?" പിന്നിൽ നിന്ന സിസ്റ്റർ ഏഞ്ചല വിറയാർന്ന സ്വരത്തിൽ ചോദിച്ചു.

സിസ്റ്റർ ക്ളെയർ ഒന്നും പറഞ്ഞില്ല. സിസ്റ്റർ ഏഞ്ചല മറുപടി പ്രതീക്ഷിച്ചതുമില്ല.

തലയണയിൽ മുഖം ചേർത്തുവച്ച് സിസ്റ്റർ ക്ളെയർ കണ്ണുകളടച്ചു കിടുന്നു. ക്ലോക്കിൽ മണിമുഴങ്ങുന്നത് എണ്ണിയെണ്ണിയാണ് നേരം വെളുപ്പിച്ചത്. രാവിലെ മെഡിക്കൽ സെന്ററിൽ നിന്ന് ഫോൺവന്നു. ഷീല ഇന്റെൻസീവ് കെയർ യൂണിറ്റിലാണ്. ഡോക്ടർമാർ ഒന്നും തീർത്തുപറയുന്നില്ല.

സിസ്റ്റർ എമ്മയേയും കൂട്ടി സിസ്റ്റർ ക്ളെയർ മെഡിക്കൽ സെന്ററിലേയ്ക്ക് ചെന്നു. കോളേജിൽ നിന്ന് ധാരാളം കുട്ടികൾ എത്തിയിട്ടുണ്ടായിരുന്നു.

വരാന്തയിലെ തൂണിൽ ചാരി സിസ്റ്റർ ക്ളെയർ നിന്നു. ഷീലയെ കാണാൻ ആർക്കും അനുവാദമുണ്ടായിരുന്നില്ല.

കാഷ്വാലിറ്റി വാർഡിന്റെ മുന്നിൽ അനേകം കാറുകൾ പാർക്കു ചെയ്തിട്ടുണ്ടായിരുന്നു. അതിലൊന്നിലിരുന്നു തോമസ് മാത്യു പുകവലിച്ചു തള്ളുന്നത് സിസ്റ്ററ് കണ്ടു. അന്നുരാത്രി പതിനൊന്നു മണിയായപ്പോൾ ഷീല ചെറിയാൻ മരിച്ചു.

പന്ത്രണ്ട്

അന്നുച്ചയ്ക്ക് സിസ്റ്റർ ക്ളെയർ കോൺവന്റിൽ ചെന്നപ്പോൾ മുറ്റത്ത് ഒരു പോലീസ് ജീപ്പ് കിടപ്പുണ്ടായിരുന്നു. ചെറുപ്പക്കാരായ രണ്ട് കോൺസ്റ്റബിൾമാർ വേപ്പുമരത്തിന്റെ ചുവട്ടിൽ നിന്നുകൊണ്ട് സംസാരിക്കുന്നു.

ഇന്നലെയായിരുന്നു ഷീലാ ചെറിയാന്റെ ശവസംസ്കാരം.

സിസ്റ്റർ എമ്മയും സിസ്റ്റർ ഏഞ്ചലയും ചില പെൺകുട്ടികളും പോയിട്ടുണ്ടായിരുന്നു.

"ഷീല നാട്ടിൽ വളരെ നല്ല കുട്ടിയായിരുന്നു സിസ്റ്ററേ. ഒരുപാടു പേർ കരയുന്നതു കണ്ടു." തിരിച്ചുവന്ന സിസ്റ്റർ എമ്മ പറഞ്ഞു.

"ആ കുട്ടി എന്തോ പാപം ചെയ്തിട്ടുണ്ട്. അല്ലെങ്കിൽ പിന്നെ ഇങ്ങനെ...." സിസ്റ്റർ ഏഞ്ചല പറഞ്ഞു.

"പാപം ചെയ്യാത്ത ആരുണ്ട് സിസ്റ്ററേ ഈ ലോകത്ത്? എന്തൊക്കെയായാലും നമ്മൾ മനുഷ്യരല്ലേ്യാ?" സിസ്റ്റർ എമ്മ പറഞ്ഞു.

പാപം ചെയ്യാത്ത ആരുണ്ട് ഈ ലോകത്ത്?

സിസ്റ്റർ ക്ളെയർ നോക്കിയതു കണ്ട് സിസ്റ്റർ എമ്മ വേഗം എഴുന്നേറ്റുപോയി.

കോണിപ്പടികൾ കയറി മുകളിലേക്ക് പോകുമ്പോൾ സന്ദർശകമുറിയിൽ സംസാരം കേട്ടു. ഒന്ന് മദറിന്റെ പതിഞ്ഞ സ്വരമായിരുന്നു. മറ്റേത് അപരിചിതമായ പുരുഷസ്വരങ്ങൾ.

പതിനേഴാം നമ്പർ മുറി പുതിയ താഴിട്ട് പൂട്ടിയിരുന്നു.

ദീപ്തി നായരെ മറ്റേതോ മുറിയിലേക്ക് മാറ്റിയിരിക്കുകയാണ്.

പതിനേഴാം നമ്പർ മുറിയിൽ ഇക്കൊല്ലം ഇനി ആരെങ്കിലും താമസിക്കാൻ തയ്യാറാകുമെന്ന് തോന്നുന്നില്ല. അടുത്ത വർഷം പുതിയതായി അഡ്മിഷൻ കിട്ടി വരുന്ന ഏതെങ്കിലും കുട്ടികൾ ആ മുറിയിൽ ഒന്നുമറിയാതെ താമസം തുടങ്ങും.

വിശപ്പനുഭവപ്പെട്ടില്ല. അതുകൊണ്ട് മെസ്ഹാളിലേക്ക് പോകണ്ടാ എന്ന് സിസ്റ്റർ ക്ളെയർ തീരുമാനിച്ചു. ഇന്നലെയും ഭക്ഷണം കഴിച്ചില്ല. ഷീലയുടെ മരണത്തിൽ അനുശോചിച്ച് ഇന്നലെ കോളജിന് അവധിയായിരുന്നു.

മുറി തുറന്ന് ജനാലയുടെ അടുത്തേക്ക് കസേര നീക്കിയിട്ട് സിസ്റ്റർ ഇരുന്നു. അകത്തേക്ക് കയറിവന്ന കാറ്റിന് ഒട്ടും തണുപ്പുണ്ടായിരുന്നില്ല.

വാതിലിൽ ആരോ മൃദുവായി മുട്ടുന്നതു കേട്ട് സിസ്റ്റർ മുഖം തിരിച്ച് നോക്കി. അകത്തുനിന്ന് കുറ്റിയിട്ടിട്ടില്ലായിരുന്നതിനാൽ കുഞ്ഞന്നാമ്മ വാതിൽതുറന്ന് കയറിവന്നു.

''സിസ്റ്റർ ഇവിടെ വന്ന് ഇരിക്കുവാന്നോ...എന്താ കഴിക്കാൻ വരാതത്തെ? മെസ്സിൽ കാണാഞ്ഞതുകൊണ്ടാ ഞാൻ കേറിവന്നെ."

അവൾ അടുത്തുവന്നു നിന്നപ്പോൾ വിയർപ്പിന്റെ ചൂര് അനുഭവപ്പെട്ടു.

"പോലീസുകാർ വന്ന് ഞങ്ങളെയൊക്കെ വിളിച്ച് ഓരോന്ന് ചോദിച്ചു സിസ്റ്ററേ."

അസാധാരണമായ എന്തോ സംഭവിച്ചതുപോലെ ശബ്ദം താഴ്ത്തിയാണ് കുഞ്ഞന്നാമ അതു പറഞ്ഞത്.

"എന്തു ചോദിച്ചു?"

"ഷീല മയക്കുമരുന്നൊക്കെ ഉപയോഗിക്കുമാരുന്നോ...ആ കുട്ടിയെ കാണാൻ ഇവിടെ ആണുങ്ങളാരെങ്കിലും വരുവാരുന്നോ എന്നൊക്കെ... എനിക്കറിയത്തില്ലാ ഞാനതൊന്നും കണ്ടിട്ടില്ലാന്ന് പറഞ്ഞു."

താഴെ ഒരു ജീപ്പ് സ്റ്റാർട്ടായി.

കുഞ്ഞന്നാമ്മ ജനാലയുടെ അടുത്തേക്ക് വന്ന് താഴേക്ക് നോക്കി.

"ദാ അവര് പോകുവാന്ന്."

ചട്ടപ്പടി മാത്രമുള്ള ഒരന്വേഷണം. പോസ്റ്റ് മോർട്ടം റിപ്പോർട്ട് കിട്ടുമ്പോൾ ചിലപ്പോൾ അതിന്റെ ഗതിയാകെ മാറിയേക്കും.

ഓരുപക്ഷേ റിപ്പോർട്ടിൽ വിശേഷിച്ച് ഒന്നുമുണ്ടാവില്ലെന്ന് വരുമോ?

"സിസ്റ്റർ കഴിക്കാൻ വരുന്നില്ലോ?"

"വിശപ്പില്ല കുഞ്ഞന്നാമ്മേ."

"അതു പറ്റത്തില്ല. ഞാനെന്തെങ്കിലും എടുത്തോണ്ടു വരാം."

വേണ്ടെന്നു പറയാൻ കഴിയും മുമ്പ് കുഞ്ഞാന്നമ്മ മുറിയിൽ നിന്ന് ഇറങ്ങിപ്പോയി.

ശിവമോഹനെ കാണാൻ കിട്ടിയിട്ട് നാലഞ്ചുദിവസമായി. ഇന്നും തന്റെ ക്ലാസ്സ് മാത്രം അവൻ ഒഴിവാക്കിയിരിക്കുന്നു. കോളേജിൽ വരുന്നുണ്ട്. മറ്റുള്ളവരുടെ ക്ലാസ്സുകളിൽ കയറുന്നുണ്ട്.

ഇന്നുച്ച കഴിഞ്ഞുള്ള പ്രാക്ടിക്കൽ ക്ലാസ്സിലും അവൻ വന്നില്ലെങ്കിൽ...

സിസ്റ്ററെ കാണുമ്പോ എനിക്ക് വനജയെയാണ് ഓർമ്മവരിക....

കഴിഞ്ഞ ദിവസങ്ങളിലെല്ലാം ക്ലാസ്സ്മുറികളിലും ലാബിലും ലൈബ്രറിയിലും ഓഫീസിലുമൊക്കെ അലസമട്ടിൽ അവനു വേണ്ടി കണ്ണുകൾ തെരഞ്ഞിട്ടുണ്ട്. മനപ്പൂർവ്വം മറഞ്ഞുനിൽക്കുന്നതുപോലെ അവൻ ഒരിക്കലും ദൃഷ്ടിയിൽപ്പെട്ടില്ല.

ഇങ്ങനെ മുന്നോട്ടു പോയാൽ ശരിയാവില്ല. എന്തെങ്കിലും ഒരു മാർഗ്ഗം കണ്ടുപിടിക്കേണ്ടിയിരിക്കുന്നു.

ഒരു ദീർഘനിശ്വാസത്തോടെ സിസ്റ്റർ ക്ളെയർ എഴുന്നേറ്റു.

മേശപ്പുറത്ത് ചെറിയ മുഖക്കണ്ണാടിയുണ്ടായിരുന്നു.

സിസ്റ്റർ അതെടുത്ത് വെറുതെ നോക്കി. നെറ്റിയിലേക്ക് വീണുകിടന്നിരുന്ന കറുത്ത മുടിച്ചുരുളുകൾ ശിരോവസ്ത്രത്തിനുള്ളിലേക്ക് തിരുകിവച്ചു.

മേൽച്ചുണ്ടിനു മീതേ ആ മറുക്.

സിസ്റ്റർ അത് ചൂണ്ടുവിരലമർത്തി മറച്ചു.

വനജയുടെ മേൽച്ചുണ്ടിലും ഇരുപോലൊരു മറുകുണ്ടായിരുന്നു സിസ്റ്ററേ...ഇതേ സ്ഥാനത്ത്...

വരാന്തയിൽ അപ്പോഴാണ് കാൽപ്പെരുമാറ്റം കേട്ടത്. സിസ്റ്റർ പെട്ടെന്ന് കണ്ണാടി മേശപ്പുറത്തുവച്ചു.

നന്നായി പഴുത്ത രണ്ട് നേന്ത്രപ്പഴവും ഒരു കുപ്പി ഐസ് വാട്ടറുമായി കുഞ്ഞന്നാമ്മ കേറിവന്നു. നന്ദിപൂർവ്വം സിസ്റ്റർ അതു രണ്ടും വാങ്ങി.

ഐസ്വാട്ടർ കുടിച്ചാൽ ശരീരം തണുത്തേക്കും. പക്ഷേ...

“വേറെന്തെങ്കിലും വേണോ സിസ്റ്ററേ?”

“വേണ്ടാ...കുഞ്ഞന്നാമ്മ പൊയ്ക്കോളൂ...മെസ്സിൽ ആരെങ്കിലും അന്വേഷിക്കും.”

കുറച്ചുനേരം കൂടി തനിച്ചിരിക്കാനായിരുന്നു സിസ്റ്റർ ക്ളെയറിന് ഇഷ്ടം.

കുഞ്ഞന്നാമ്മ പോയി.

കുപ്പിയിൽ നിന്ന് രണ്ടു കവിൾ വെള്ളം കുടിച്ചിട്ട് സിസ്റ്റർ കിടക്കയിൽ ചാരിയിരുന്നു.

രാവിലെ പ്രൊഫ. ഉറുമീസിന്റെ മുറിയിലിരിക്കുമ്പോഴാണ് തോമസ് മാത്യു വന്നത്. അയാൾ ഷേവ് ചെയ്തിരുന്നില്ല. മുടി ചീകിയിരുന്നില്ല. വസ്ത്രങ്ങൾ വെടിപ്പുള്ളതായിരുന്നില്ല.

മുറിയിൽ പ്രൊഫസർ തനിച്ചല്ലെന്ന് കണ്ടപ്പോൾ അയാൾ ആദ്യമൊന്ന് മടിച്ചു.

"എന്താ തോമാച്ചാ?" പ്രൊഫസർ ചോദിച്ചു.

"എനിക്ക് കുറച്ചു ദിവസം ലീവ് വേണമാരുന്നു." അയാൾ പറഞ്ഞു.

"എത്രനാൾ?"

"ഒരുമാസം."

"ഒരുമാസമോ...എന്തിനാ തോമാച്ചാ?" പ്രൊഫ. ഉറുമീസ് അത്ഭുതപ്പെട്ടു.

"നാട്ടിലൊന്ന് പോണം അനിയന്മാർ വന്നിട്ടുണ്ട്...അവർ തിരിച്ചുപോകുന്നേനുമുമ്പ് വീട്ടിലെ ചില കാര്യങ്ങൾ തീരുമാനിക്കണം....കുടുംബസ്വത്ത് ഇതുവരെ ഷെയർ ചെയ്തിട്ടില്ല..."

നുണ...നുണ. സിസ്റ്റർ ക്ളെയറിന്റെ മനസ്സിരുന്ന് വിങ്ങി.

അവധിക്കുള്ള അപേക്ഷ വാങ്ങി പ്രൊഫസർ പേപ്പർവെയ്റ്റിനു കീഴെ വച്ചു.

"നോക്കട്ടെ...എന്തായാലും ഉച്ച കഴിഞ്ഞ് തോമാച്ചൻ എന്നെ വന്നൊന്ന് കാണണം."

തല കുലുക്കിയിട്ട് അയാൾ മുറിയിൽനിന്ന് ഇറങ്ങിപ്പോയി.

സിസ്റ്ററിന്റെ നേർക്ക് ഒന്നു നോക്കിയതുപോലുമില്ല.

മനസ്സിൽ ഒരു വലിയ രഹസ്യത്തിന്റെ ഭാരവുമായി സിസ്റ്റർ ക്ളെയർ നടന്നു.

ഷീലയ്ക്ക് ഒരു കാമുകനുണ്ടായിരുന്നു എന്ന രഹസ്യം പോസ്റ്റ്മോർട്ടം റിപ്പോർട്ടു പുറത്താക്കുമോ?

രണ്ടു മണിയാകാൻ അഞ്ചു മിനിറ്റുള്ളപ്പോൾ സിസ്റ്റർ ക്ളെയർ കോളജിലേക്ക് പോയി. ലാബിൽ ചെന്നപ്പോൾ കുട്ടികൾ എത്തിയിട്ടുണ്ട്.

ശിവമോഹന്റെ ഇരിപ്പിടം മാത്രം ഒഴിഞ്ഞു കിടക്കുന്നു.

തോമസ് മാത്യു വന്നില്ല. പകരം ഫിലിപ് ജോണിനെയാണ് സഹായത്തിന് കിട്ടിയത്.

ട്രേയിലെ വെള്ളത്തിൽ ചത്ത തവള കിടപ്പുണ്ടായിരുന്നു. തവളയുടെ സെവൻത് ക്രേനിയൽ നേർവ് ആണ് അന്ന് ഡിസക്ട് ചെയ്യേണ്ടിയിരുന്നത്.

പകുതി കുട്ടികൾ സിസ്റ്റർ ക്ലെയറിനു ചുറ്റും കൂടി നിന്നു. ബാക്കി പകുതി ഫിലിപ് ജോണിന്റെ ടേബിളിലേക്ക് പോയി.

സിസ്റ്റർ തവളയെ എടുത്ത് യാന്ത്രികമായി ഡിസക്ഷൻ ബോർഡിൽ ചരിച്ചു കിടത്തി മുള്ളാണികൾ കൊണ്ട് തറച്ച് മൂർച്ചയുള്ള കത്തികൊണ്ട് ആദ്യം ശിരസ്സിലെ തൊലി ചീന്തി പോളിച്ചു മാറ്റി. വെളുത്ത മാംസം ഫോർസെപ്സ് കൊണ്ട് ചികഞ്ഞിളക്കി. കഴുത്തിനടുത്ത് നട്ടെല്ലിനുള്ളിലെ സുഷുമ്നയിൽ നിന്ന് പുറപ്പെടുന്ന ഏഴാമത്തെ നാഡിയുടെ വേര് കണ്ടുപിടിച്ചു.

പരീക്ഷയ്ക്ക് സാധാരണ ചോദിക്കാറുള്ള ഒരു ഡിസക്ഷനാണിത്. ശിവമോഹൻ എങ്ങനെ പഠിക്കും ഇത്?

എവിടെയായിരിക്കും അവനിപ്പോൾ?

ഹോസ്റ്റലിൽ ചെന്നു കിടന്ന് ഉറങ്ങുകയായിരിക്കുമോ?

ഡെമോൺസ്ട്രേഷൻ കഴിഞ്ഞ് സിസ്റ്റർ ക്ലെയർ മെല്ലെ എഴുന്നേറ്റു.

കുട്ടികൾ അവരവരുടെ സീറ്റുകളിലേക്ക് പോയി. അവരവർക്ക് കിട്ടിയ തവളകളെ ഡിസക്ട് ചെയ്യാൻ തുടങ്ങി.

ഇനി അരമണിക്കൂർ കഴിഞ്ഞ് വന്ന് നോക്കിയാൽ മതി.

സിസ്റ്റർ ലാബിൽ നിന്നിറങ്ങി നടന്നു. ജനറൽ ലൈബ്രറിയിലേക്കാണ് ആദ്യം പോയത്. അവിടെ ശിവമോഹൻ ഉണ്ടായിരുന്നില്ല.

പുസ്തകങ്ങൾ തെരഞ്ഞുകൊണ്ട് ഫാദർ സിറിയക് അവിടെ നിൽക്കുന്നുണ്ടായിരുന്നു. അയാളുടെ കണ്ണിൽപ്പെടും മുമ്പ് സിസ്റ്റർ തിരിച്ചുനടന്ന് വീണ്ടും ലാബിലേക്ക് വന്നു.

ശിവമോഹനെ കാണണം. സംസാരിക്കണം.

പ്രാക്ടിക്കൽ കഴിഞ്ഞപ്പോൾ നാലുമണിയായി.

ജനാലയുടെ അടുത്ത് നിൽക്കുമ്പോൾ താഴെ കൊമേഴ്സ് ബ്ലോക്കിൽ നിന്ന് ശിവമോഹൻ ഒരു പെൺകുട്ടിയുമായി സംസാരിച്ചുകൊണ്ട് ഇറങ്ങിവരുന്നത് സിസ്റ്റർ ക്ലെയർ കണ്ടു.

പെൺകുട്ടിയെ സിസ്റ്റർ പെട്ടെന്ന് തിരിച്ചറിഞ്ഞു. എം.കോമിന് പഠിക്കുന്ന സെലിൻ. കോൺവെന്റിലെ അന്തേവാസിനിയാണ്.

സിസ്റ്റർ നോക്കിനിൽക്കേ അവർ സംസാരിച്ചുകൊണ്ട് കാന്റീനിലേക്ക് തിരിയുന്ന വഴിയെ നടന്നു മറഞ്ഞു.

സിസ്റ്റർ വേഗം സ്റ്റാഫ് റൂമിൽ ചെന്ന് മേശപൂട്ടി താഴേക്ക് ഇറങ്ങി. സ്റ്റോറിലേക്കാണ് നേരേ പോയത്. ഒരേ കെട്ടിടത്തിലാണ് കാന്റീനും സ്റ്റോറും.

സിസ്റ്റർ എമ്മെയെ വിളിച്ചുകൊണ്ട് കാന്റീനിൽ പോയി കാപ്പികുടിക്കാം

സ്റ്റോറിൽ ചെന്നപ്പോൾ എന്തോ വാങ്ങാനായി സെലിൻ അവിടെ നിൽക്കുന്നു. ശിവമോഹൻ കൂടെയില്ല.

"ഇറങ്ങാറായോ? ഞാൻ കോൺവെന്റിലേക്ക് പോവാണ്." സിസ്റ്റർ എമ്മയുടെ അടുത്തു ചെന്ന് സിസ്റ്റർ ക്ലെയർ പറഞ്ഞു.

"സിസ്റ്റർ പോയ്ക്കോ. എനിക്കിത്തിരി താമസമുണ്ട്."

ആരെയോ പ്രതീക്ഷിച്ച് സിസ്റ്റർ എമ്മ പുറത്തേക്ക് നോക്കുന്നുണ്ടായിരുന്നു.

സെലിൻ നോട്ട്സ് എഴുതാനുള്ള പേപ്പർ വാങ്ങുന്നു.

ഇനി കാന്റീനിലേക്ക് പോകുന്നില്ല.

"സെലിൻ കോൺവെന്റിലേക്കാണോ? "പുഞ്ചിരിയോടെ സിസ്റ്റർ ക്ലെയർ ചോദിച്ചു.

"ഉവ്വ്."

അവർ സ്റ്റോറിൽ നിന്ന് ഇറങ്ങാൻ തുടങ്ങുമ്പോൾ ഫാദർ സിറിയക്

വന്ന് കയറി.

അയാളെ കണ്ടില്ലെന്ന് നടിച്ച് സെലിനുമൊത്ത് സിസ്റ്റർ ക്ലെയർ പുറത്തേക്ക് നടന്നു.

ശിവമോഹനെക്കുറിച്ച് സെലിനോട് ചോദിക്കണമെന്നുണ്ടായിരുന്നു സിസ്റ്റർക്ക്. പക്ഷെ മടിച്ചു.

കോളേജിന്റെ ഗേറ്റിനടുത്തെത്തിയപ്പോൾ രണ്ട് കൂട്ടുകാരോട് സംസാരിച്ചുകൊണ്ട് ശിവമോഹൻ നിൽക്കുന്നുണ്ടായിരുന്നു. സിസ്റ്ററെ കണ്ട് അവൻ പെട്ടെന്ന് നിശ്ശബ്ദനായി.

സിസ്റ്റർ ക്ലെയർ അവന്റെ അടുത്തേക്ക് ചെന്നു.

"ശിവമോഹൻ നാളെ ഡിപ്പാർട്ട്മെന്റിൽ വന്ന് എന്നെ കാണണം. ഒരു കാര്യം സംസാരിക്കാനുണ്ട്."

ഒന്നും പറയാതെ അവൻ തലകുലുക്കി.

സിസ്റ്റർ പിന്നെ നിന്നില്ല. സെലിനോടൊപ്പം വീണ്ടും നടന്നു.

"ശിവമോഹൻ എന്റെ സ്റ്റുഡസന്റാ......ഭയങ്കര ഉഴപ്പാ ഈയിടെയായിട്ട്." സിസ്റ്റർ അവളോട് പറഞ്ഞു.

സെലിൻ ഒന്നും മിണ്ടിയില്ല.

"സെലിന് പരിചയമുണ്ടോ ശിവമോഹനെ?"സിസ്റ്റർ സാധാരണ മട്ടിൽ ചോദിച്ചു.

"ഒരേ നാട്ടുകാരാ ഞങ്ങൾ."അവൾ പറഞ്ഞു.

സിസ്റ്റർ ക്ലെയർ അതു കേട്ട് അത്ഭുതപ്പെട്ടു പോയി.

"ഒരേ നാട്ടുകാരോ.......അപ്പം സെലിനറിയുമോ ശിവമോഹന്റെ വീട്?"

"അറിയാം....അവരുടെ വീടിന്റെ മുമ്പീക്കൂടാ കോളേജിലേക്കുള്ള വഴി. കോളേജിൽ എന്റെ ജൂനിയറായിരുന്നു ശിവമോഹൻ."

അപ്പോൾ വനജയെ അറിയാതിരിക്കുമോ സെലിൻ?

പക്ഷേ എങ്ങനെ ചോദിക്കും?

"ശിവമോഹന് ഒരനിയത്തിയുണ്ടെന്ന് പറഞ്ഞിട്ടുണ്ട്." സിസ്റ്റർ അവനെക്കുറിച്ചുള്ള സംഭാഷണം തുടർന്നു.

"അമ്മയും അനുജത്തിയും മാത്രമേയുള്ളു ശിവമോഹന്റെ വീട്ടിൽ ഇപ്പോൾ."

"അച്ഛനോ....?"

സെലിൻ പറയാൻ ഒന്നു മടിച്ചു.

"അച്ഛനുണ്ടെന്നാണല്ലോ പറഞ്ഞിട്ടുള്ളത്....."

"വേറൊന്നും പറഞ്ഞിട്ടില്ല ശിവമോഹൻ?" സെലിൻ ചോദിച്ചു.

"ഇല്ലാ.....എന്താ സെലിൻ"

സിസ്റ്ററിന്റെ ആകാംക്ഷയുണർന്നു.

"ഞാൻ പറഞ്ഞൂന്ന് ശിവമോഹൻ അറിയല്ലേ സിസ്റ്ററേ....

"ഇപ്പത്തന്നെ ഒരുപാട് സങ്കടമനുഭവിക്കുന്നവനാ...ജെയിലിലാ അച്ഛൻ....ജീവപര്യന്തം."

"എന്തിന്?" വെമ്പലോട് സിസ്റ്റർ ചോദിച്ചു.

"കൊലപാതകത്തിനാ.... കൃഷിത്തോട്ടത്തിലെ കളപ്പുരയിൽ വച്ച് കാര്യസ്ഥന്റെ മകളെ കൊന്നതിന്...മാനഭംഗപ്പെടുത്തി കൊന്നൂന്നാരുന്നു കേസ്...അയാളതിന് മടിക്കാത്തവനാ...മുമ്പേ ചീത്തപ്പേര് കേപ്പിച്ചിട്ടുണ്ട്...

സിസ്റ്റർ ക്ലെയറിന് മിണ്ടാൻ കഴിഞ്ഞില്ല.

"എത്ര നാളായി ഇതു നടന്നിട്ട്?" ഒടുവിൽ ശ്വാസം തിരിച്ചു കിട്ടിയപ്പോൾ സിസ്റ്റർ ചോദിച്ചു.

"രണ്ടു കൊല്ലമായിക്കാണും....."

പിന്നെ സിസ്റ്റർ ഒന്നും ചോദിച്ചില്ല.

അവർ കോൺവെന്റിൽ എത്തിക്കഴിഞ്ഞിരുന്നു.

സന്ധ്യയ്ക്ക് സിസ്റ്റർ ക്ലെയർ മട്ടുപ്പാവിലേക്ക് ചെന്നു. അവിടെ ആരും ഉണ്ടായിരുന്നില്ല. ആകാശത്തിന്റെ കിഴക്കേ കോണിൽ ഒരു നക്ഷത്രം ഉദിച്ചിരുന്നു.

സൂര്യതാപത്താൽ ജ്വലിച്ചു കിടന്ന മട്ടുപ്പാവ് അപ്പോഴും കാലടികൾ പൊള്ളിക്കുന്നുണ്ടായിരുന്നു.

സന്ധ്യാവന്ദനത്തിനുള്ള പള്ളിമണികൾ അപ്പോൾ ഒന്നൊന്നായി മുഴങ്ങാൻ തുടങ്ങി. മട്ടുപ്പാവിലെ തീച്ചൂളയിലേക്ക് സിസ്റ്റർ മുട്ടുകുത്തി നിന്നു.

എന്റെ ദൈവമേ...എന്റെ ദൈവമേ ദിക്കറിയാതെ ഞാൻ ഉഴലുന്നു. ഞാൻ അശക്ത. എനിക്ക് നേർവഴി കാട്ടിത്തരേണമേ. എന്നെ കൈപിടിച്ച് നടത്തേണമേ.

രണ്ടുതുള്ളി കണ്ണീർ സിസ്റ്റർ ക്ലെയറിന്റെ മാറിലേക്ക് അടർന്നു വീണു. വഴിതെറ്റി വന്ന കാറ്റിൽ ശിരോവസ്ത്രം ഒന്നിളകി.

ചേക്കേറാൻ കുറെ പക്ഷികൾ കോൺവെന്റിനു മീതേ കൂടി പറന്നു പോയി.

ആകാശത്തു നിന്ന് രണ്ട് നക്ഷത്രങ്ങൾ സിസ്റ്റർ ക്ലെയറിന്റെ നനഞ്ഞ കണ്ണുകളിലേക്ക് ഇറങ്ങി വന്നു.

പതിമൂന്ന്

മൈതാനത്തു നിന്ന് പുലർകാലമഞ്ഞ് അപ്പോഴും ഒഴിഞ്ഞുപോയിരുന്നില്ല. കോളേജിന്റെ ക്ലോക്ക് ടവറിലെ സൂചികൾ കാണാൻ വയ്യാ. അവ്യക്തമായ ഒരു ആൾരൂപം പോലെ തോമസ് ട്രാക്കിലൂടെ ഓടിപ്പോകുന്നു.

ഗാലറിയിലെ ഏറ്റവും മുകളിലത്തെ പടിയിലിരിക്കുകയായിരുന്നു ശിവമോഹൻ. വിരലുകൾക്കിടയിലിരുന്ന് സിഗരറ്റ് അലസമായി പുകഞ്ഞു.

വേറെ മൂന്നാലുപേർ കൂടി മൈതാനത്തു ഓടുന്നുണ്ട്. ആരെയും വലിയ പരിചയം തോന്നിയില്ല. അടുത്തുകണ്ടാൽ അറിയുമായിരിക്കും. ജേഴ്സിയണിഞ്ഞവരാണ് രണ്ടു പേർ. വെള്ള ഷർട്ടും ഷോട്സും സ്പോർട്ട്സ് ഷൂസും ധരിച്ച് നല്ല സ്റ്റൈലിലാണ് തോമസ് ഓടുന്നത്.

വേറാരൊക്കെയോ വന്ന് ഓടാൻ തയ്യാറെടുക്കുന്നു. ടൈംപീസിന്റെ

അലാറം വച്ച് തോമസ് കൃത്യം അഞ്ചുമണിക്ക് ഉണരുന്നു. അഞ്ചേകാലിന് അവൻ മൈതാനത്ത് ഓടാനെത്തുന്നു.

തോമസിന് സ്പോർട്ട്സ് മോഹങ്ങളൊന്നുമില്ല. കരുത്തും ആരോഗ്യവുമുള്ള ഒരു ശരീരം വാർത്തെടുക്കുക. അതുമാത്രമാണ് ലക്ഷ്യം.

അലാറം അടിക്കുന്നത് കേട്ടുകൊണ്ടാണ് ഉണർന്നത്. തോമസ് എഴുന്നേറ്റ് ലൈറ്റിട്ടപ്പോൾ കണ്ണുകളടച്ചു.

അവൻ തലയ്ക്കുമുകളിലൂടെ ടീ ഷർട്ട് ധരിക്കുമ്പോഴാണ് വീണ്ടും കണ്ണുതുറന്നത്.

"നീ വരുന്നോടോ?" കളിയായിട്ടാണ് അവൻ ചോദിച്ചത്.

ശിവമോഹൻ ഒന്നും മിണ്ടിയില്ല.

"വന്ന് പത്ത് റൗണ്ട് ഓടി സ്റ്റാമിന നന്നാക്കാടാ. എപ്പഴായാലും ആരുടെയെങ്കിലുമെടുത്ത് നിനക്കത് പരീക്ഷിച്ചുനോക്കാം." കള്ളച്ചിരിയോടെ അവൻ പറഞ്ഞു.

ഓടാനല്ലെങ്കിലും വെറുതെ തോമസിന്റെ കൂടെ മൈതാനത്തേക്ക് പോയാലോ എന്ന് ശിവമോഹന് തോന്നി. നാരായണീയം കേട്ട് ഉണർന്ന എത്രയോ പ്രഭാതങ്ങൾ. തണുപ്പിലും മുങ്ങിക്കുളിച്ചു നിവർന്ന എത്രയോ പുലർച്ചകൾ.

"ഇവനെപ്പോലെ മൂക്കുമുട്ടെ ഇഡ്ഢലീം സാമ്പാറും തട്ടാനാണോ നീയും ജീവിക്കുന്നെ?" ഷൂസിന്റെ വള്ളികൾ മുറുക്കിക്കെട്ടിക്കൊണ്ട് തോമസ് ചോദിച്ചു.

തലമൂടിപ്പുതച്ച് കട്ടിലിൽ ചുരുണ്ടുകിടക്കുകയായിരുന്നു സുബ്രൻ. യജമാനൻ ഉണരുന്നതും കാത്ത് അവന്റെ കട്ടിക്കണ്ണട മേശപ്പുറത്ത് കണ്ണുതുറിച്ച് നോക്കിയിരിപ്പുണ്ടായിരുന്നു.

"ഞാനും വരാം." ശിവമോഹൻ എഴുന്നേറ്റു.

ജനാല അടച്ചിരുന്നെങ്കിലും വെന്റിലേഷനിൽക്കൂടി തണുപ്പ് അരിച്ചുകയറുന്നുണ്ടായിരുന്നു.

"എനിക്കൊരു സിഗരറ്റ് തരാമോ?"

"സിഗരറ്റ് വലിച്ചോണ്ട് ഓടാൻ പറ്റത്തില്ല."തോമസ് പറഞ്ഞു.

"ഓടാനല്ല ഞാൻ വരുന്നത്."

ലുങ്കിമാറ്റി മുണ്ടുടുത്തുകൊണ്ട് അവൻ തോമസിനോടൊപ്പം ഹോസ്റ്റലിൽ നിന്നിറങ്ങി. ഗേറ്റുകടന്ന് വെളിയിലേക്കിറങ്ങുമ്പോൾ അവൻ തലതിരിച്ച് മുകളിലേക്ക് നോക്കി. മൂന്നാം നിലയിൽ ഫാദർ ജോസ് സിറിയക്കിന്റെ മുറിയിൽ വെളിച്ചമുണ്ടായിരുന്നു.

ശിവമോഹൻ സിഗരറ്റ് ചുണ്ടിൽനിന്നെടുത്തു.

"പേടിക്കാതെ വലിച്ചോടാ. കണ്ടാലും അച്ചനിപ്പം നിന്നെ തിരിച്ചറിയത്തില്ല. തലയും കുത്തിനിന്നു നോക്കിയാൽ ആളിന്റെ മുഖഛായയും തലതിരിഞ്ഞുപോകും."

"തലയും കുത്തി ആരും നോക്കുന്നു?"

“അതു നിനക്കറിയത്തില്ലേ? അച്ചൻ എന്നും വെളുപ്പിന് യോഗാസനം ചെയ്യുന്നുണ്ട്.” മെല്ലെ ഓടിക്കൊണ്ട് തോമസ് പറഞ്ഞു അവന്റെയൊപ്പം എത്താൻ ശിവമോഹന് നടപ്പിന്റെ വേഗത കൂട്ടേണ്ടിവന്നു.

“ആരു പറഞ്ഞു നിന്നോടിക്കാര്യം?”

“ഒരു ദിവസം രാവിലെ ഞാൻ അബദ്ധത്തിന് മൂന്നാം സ്വർഗ്ഗത്തിലേക്ക് കയറിച്ചെന്നു. അപ്പോൾ ടെറസ്സിൽ കണ്ട കാഴ്ചയെന്താണെന്നറിയാമോ? ചുവന്ന ലങ്കോട്ടി ധരിച്ച് ഒരു സുന്ദരകളേബരം ശീർഷാസനത്തിൽ നിൽക്കുന്നു. എന്നെക്കാണും മുമ്പേ ഞാൻ മുങ്ങി.”പൊട്ടിച്ചിരിച്ചുകൊണ്ട് തോമസ് പറഞ്ഞു.

അപ്പോഴേക്കും അവർ ബോട്ടണി ഡിപ്പാർട്ടുമെന്റുകാരുടെ ഗ്രീൻഹൗസിനടുത്ത് എത്തിയിരുന്നു. വളർന്നു മുറ്റി പന്തലിച്ചുനിന്നിരുന്ന മഴനാറി മരത്തിൽ നിന്ന് കുറെ മഞ്ഞുതുള്ളികൾ അടർന്ന് ശിവമോഹന്റെ ശിരസ്സിലേക്ക് പതിച്ചു.

അരളിമരം കുലുക്കി മഞ്ഞുതുള്ളികൾ ദേഹത്തേക്ക് തെറുപ്പിക്കുക വനജയുടെ ഒരു കുസൃതിയായിരുന്നു. പാവാടത്തുമ്പുകൊണ്ട് തുടച്ചു തരിക എന്നതായിരുന്നു പകരം കൊടുക്കുന്ന ശിക്ഷ.

പുലർച്ചയ്ക്ക് അവൻ അമ്പലത്തിലേക്ക് പോകാൻ വരുന്നത് നോക്കി പച്ചക്കറിത്തോട്ടത്തിനരികെ കാത്തുനിൽക്കും. അതുവഴിയാണ് വയൽ മുറിച്ചുകടന്ന് അക്കരെയുള്ള അമ്പലത്തിലേക്ക് പോകാനുള്ള വരമ്പ്. ആരെങ്കിലും എതിരെ വന്നാൽ ഒരാൾ വയലിലേക്കിറങ്ങി നിൽക്കണം.

വനജ വരുമ്പോൾ വയലിൽനിന്ന് മഞ്ഞ് മാഞ്ഞുപോയിട്ടുണ്ടാവില്ല. ഇക്കരെ നിന്ന് നോക്കിയാൽ അക്കരെയുള്ള അമ്പലം കാണാൻ പറ്റില്ല. അത്രയ്ക്കുണ്ടാവും മൂടൽമഞ്ഞ്.

വനജയുടെ ചുമലിലൂടെ കയ്യിട്ടുകൊണ്ട് അവളെ ചേർത്തുപിടിച്ച് വരമ്പത്തൂടെ നടക്കും അപ്പോൾ അവളുടെ കഴുത്തിന് ആമ്പൽപ്പൂവിന്റെ മണമായിരിക്കും.

ഒരു ദിവസം അതുപറഞ്ഞപ്പോൾ അവൾ ചിരിച്ചു.

“അതു ഞാൻ ചീരൻചിറയിൽ കുളിച്ചിട്ടു വരുന്നതോണ്ടാ ശിവാ”

ചീരൻചിറ ഒരു തടാകമാണ്. ചിറയിൽ എല്ലാക്കാലത്തും നിറയെ ആമ്പലുണ്ടാവും.

ഒരു ദിവസം അങ്ങനെ ചിരിച്ചുരസിച്ചു പോകുമ്പോഴാണ് വരമ്പത്ത് എതിരെ അച്ഛൻ വന്നത്.

ആ ചോരക്കണ്ണുകൾ....

“ഓടുന്നില്ലെങ്കിൽ നീയിവിടിരിക്ക്. വല്ല നിറങ്ങളും വന്നാൽ കാണുകേം ചെയ്യാം.”

മൈതാനത്തെത്തിയപ്പോൾ തോമസ് പറഞ്ഞു.

നിറങ്ങൾ എന്നു പറഞ്ഞാൽ പെൺകുട്ടികൾ എന്നർത്ഥം.

ഗാലറിയുടെ മുകളിൽ കയറി ശിവമോഹൻ ഇരുന്നു.

ഒരു വർഷം മുമ്പുമാത്രമാണ് തോമസിന് ഓട്ടത്തിലുള്ള ഭ്രമം തുടങ്ങിയത്. എന്തോ ആവശ്യത്തിന് ഒരു വെളുപ്പാൻകാലത്ത് അവൻ വീട്ടിലേക്ക് പോകാൻ തിരിച്ചു. ബാഗും തൂക്കി കൂനിവിറച്ചു നടക്കുമ്പോൾ കാമ്പസിലെ റോഡിലൂടെ രണ്ടു നിറങ്ങൾ എതിർദിശയിൽനിന്നു ഓടിവരുന്നു. ഇറക്കം കുറഞ്ഞ ഷോട്ട്സ്, ഇറുകിക്കിടക്കുന്ന ലിനൻ ഷർട്ട്. കണ്ടപ്പോൾ കണ്ണുതള്ളിപ്പോയെടാ എന്നാണ് പിന്നീട് അതേക്കുറിച്ച് വിവരിച്ചപ്പോൾ തോമസ് പറഞ്ഞത്.

റോസമ്മ അവനെ നോക്കി ഹലോ പറഞ്ഞു കൂടെയുണ്ടായിരുന്ന പെണ്ണ് കുസൃതിയോടെ ചിരിക്കുകയും ചെയ്തു. അവർ അവനെ കടന്നുപോയിട്ടും അവൻ വായ പൊളിച്ച് തിരിഞ്ഞുനിന്നു നോക്കി.

വീട്ടിൽനിന്ന് വന്നതിന്റെ പിറ്റേദിവസം മുതൽ അവൻ കോളേജ് മൈതാനത്ത് പ്രഭാതവ്യായാമത്തിന് പോയിത്തുടങ്ങി.

ഒപ്പം ഓടി റോസമ്മയിൽ മതിപ്പുണ്ടാക്കാൻ കഴിഞ്ഞില്ലെങ്കിലും വാചകമടിച്ച് ഒരു വിധത്തിൽ അവളെ വീഴ്ത്താൻ അവനു കഴിഞ്ഞു. അപ്പോഴേക്കും ഡെന്റൽ കോളേജിൽ അഡ്മിഷൻ കിട്ടി അവൾ ഗുഡ്ബൈ പറഞ്ഞ് പൊയ്ക്കളഞ്ഞു.

എങ്കിലും തോമസ് ഓട്ടം നിർത്താൻ തയ്യാറായില്ല.

എരിഞ്ഞുതീരാറായ സിഗരറ്റ് ശിവമോഹൻ ലക്ഷ്യമില്ലാതെ വലിച്ചെറിഞ്ഞു. നനവുള്ള പുൽത്തകിടിയിലേക്ക് വീണ് അതിന്റെ തീയണഞ്ഞു. ജീവൻ പോയ സിഗരറ്റ്കുറ്റിയുടെ ആത്മാവുപോലെ ഒരു ചുരുൾ പുക മുകളിലേക്കുയർന്ന് അന്തരീക്ഷത്തിൽ വിലയം പ്രാപിച്ചു.

ക്ലോക്ക് ടവറിൽ മണി ആറി പത്ത്. അവസാനത്തെ റൗണ്ട് പൂർത്തിയാക്കിയിട്ട് തോമസ് ഗാലറിയിലേക്ക് ഓടിക്കയറിവന്നു. ഏറ്റവും മുകളിലെ നിരപ്പായ സിമന്റു തറയിൽ അവൻ മലർന്നുകിടന്നു.

അവന്റെ ഉച്ഛ്വാസത്തിൽ നീരാവിയുണ്ടായിരുന്നു. മുഖത്ത് മഞ്ഞുതുള്ളികൾ പോലെ വിയർപ്പു പൊടിഞ്ഞുനിന്നിരുന്നു.

"ഓടിയോടി തളർന്നുവന്നുള്ള ഈ കിടപ്പുണ്ടല്ലോ.... അതൊരു സുഖമാ."തോമസ് പറഞ്ഞു.

"ഉം"

"നാളെമുതൽ നീയും ഓടാൻ വാ. എനിക്കൊരു കൂട്ടുമാകും നിനക്ക് തടിയും നന്നാക്കാം."

"അങ്കവും കാണാം താളിയുമൊടിക്കാം. അല്ലെ?

തോമസ് ചിരിച്ചു. ഒരു സംഘം പറവകളെപ്പോലെ മൈതാനത്തിന്റെ ഹരിതാഭയിലൂടെ നാലഞ്ചുപെൺകുട്ടികൾ നിരന്ന് ഓടുന്നുണ്ടായിരുന്നു.

"വാ പോകാം." ശിവമോഹൻ എഴുന്നേറ്റു.

അവർ ചെന്നപ്പോൾ സിറിയക്കച്ചന്റെ ചുവന്ന ബുള്ളറ്റ് പുതുപുത്തൻപോലെ മിന്നിത്തിളക്കുന്ന ജോലിയിലേർപ്പെട്ടിരിക്കുകയായിരുന്നു ബേബി. പതിനേഴുകാരനാണ് ബേബി. അച്ചന്റെ ഓർഡർലി. വിശ്വസ്ത

വിധേയൻ.

"എടാ ബേബി, അച്ചനീ വണ്ടി വിയ്ക്കാരൻ പോവാണെന്ന് കേട്ടല്ലോ. നേരാണോ?" തോമസ് വെറുതെ ചോദിച്ചു.

"ഹാരു പറഞ്ഞു?" അവൻ അവിശ്വാസത്തോടെ വാ പൊളിച്ചു.

"അച്ചൻ പുത്തൻ കാറുവാങ്ങിക്കാമ്പോവാ. അതൊന്നും നിന്നോടു പറഞ്ഞില്ലേ? ബൈക്ക് വിയ്ക്കുവാണെങ്കിൽ എനിക്കു വാങ്ങിക്കാനാ. അച്ചനോടിച്ച വണ്ടിയായതുകൊണ്ട് നേർവരപോലെ പൊക്കോളും. വളഞ്ഞവഴിയെ തിരിയത്തില്ല. നിറങ്ങൾ കണ്ടാൽ വിറളിയെടുക്കത്തില്ല." തോമസ് രസത്തോടെ പറഞ്ഞു.

"ആരാണ്ട് ചുമ്മാതെ പറഞ്ഞതാ. പവൻ തരാമെന്നു പറഞ്ഞാലും അച്ചനീ വണ്ടി കൊടുക്കുകേലാ." ബേബി കട്ടായം പറഞ്ഞു.

"പവനല്ല പറുദീസ തരാമെന്നു പറഞ്ഞാലും അച്ചൻ കൊടുക്കുകേലാ. അല്ലേ ബേബീ."

ബേബി മിഴിച്ചുനോക്കുന്നത് കണ്ടില്ലെന്നു നടിച്ച് ശിവമോഹനും തോമസും മുറിയിലേക്ക് നടന്നു.

കുളികഴിഞ്ഞ് ഒറ്റമുണ്ടു മാത്രമുടുത്ത് കിടക്കയിൽ ചമ്രം പടിഞ്ഞിരുന്ന് ലളിതാസഹസ്രനാമം ഉരുവിടുകയായിരുന്നു സുബ്രൻ. മാംസളമായ അവന്റെ നെഞ്ചിൽ നിറം മങ്ങാതെ പൂണൂൽ നനഞ്ഞുപറ്റിക്കിടപ്പുണ്ടായിരുന്നു. ദേഹമാസകലം ഭസ്മക്കുറികളും വീട്ടിൽ പോയിട്ടു വരുമ്പോൾ പഴയ ഹോർലിക്സ് കുപ്പിയിലാണ് അവൻ ഭസ്മം കൊണ്ടുവന്നത്.

കോളജിൽ പോകുമ്പോൾ സുബ്രൻ ആളെകെമാറും. നെറ്റിയിൽ ഭസ്മക്കുറിയോ ചന്ദനമോ ഉണ്ടാവില്ല. ബഫലോ ജീൻസും ലൂയിസ് ഫിലിപ്പ് ഷർട്ടും ധരിക്കും. ലോട്ടോ ഷൂസും സോഡിയാക് ബെൽട്ടും അണിയും. പോകുന്ന വഴിക്കെല്ലാം വിദേശസുഗന്ധം വിതറും.

വേഷത്തിലേയുള്ളൂ ഈ പുരോഗമനം. ഭക്ഷണകാര്യങ്ങളിൽ തികഞ്ഞ സസ്യഭുക്ക്.

പതിവുള്ള ഒരു ഗ്ലാസ്സ് പാലിനുവേണ്ടി തോമസ് മെസ്സിലേക്കുപോയി. ശിവമോഹൻ പ്രാക്ടിക്കൽ റിക്കോർഡ്ഷീറ്റെടുത്ത് മുന്നിൽ വച്ചു. കുറേയേറെ ചിത്രങ്ങൾ വരച്ചിട്ടുണ്ട്.

വരച്ചുകഴിഞ്ഞ ഷീറ്റുകൾ ഒപ്പിടുവിച്ചിട്ടില്ല. സിസ്റ്ററ് ക്ളെയറിന്റെ മുന്നിലേക്ക് ചെല്ലാൻ വയ്യാ. ആ കണ്ണുകൾ കാണുമ്പോൾ അവയിൽ മഷിയെഴുതിയാലെങ്ങനെയിരിക്കുമെന്ന് ഓർക്കും. നെറ്റിയിൽ ഒരു മഞ്ഞൾക്കുറി തൊട്ടാൽ എങ്ങനെയിരിക്കുമെന്ന് ഓർക്കും. വെള്ളക്കുപ്പായത്തിനു പകരം ധാവണിയുടുത്താലെങ്ങനെയിരിക്കുമെന്ന് ഓർക്കും. വിരലുകളിൽ മൈലാഞ്ചിയിട്ടാലെങ്ങനെയിരിക്കുമെന്ന് ഓർക്കും. കഴുത്തിന് ആമ്പൽപ്പൂവിന്റെ മണമായിരിക്കുമോ എന്ന് ഓർക്കും.

പോകാൻ വയ്യാ. കാണാൻ വയ്യാ.

ശിവമോഹൻ നാളെ ഡിപ്പാർട്ട്മെന്റിൽ വന്ന് എന്നെ കാണണം. ഒരു കാര്യം സംസാരിക്കാനുണ്ട്.

പോകണോ?

പോകാതിരിക്കുന്നത് എങ്ങനെ?

"താനെന്തവാ സ്വപ്നം കണ്ടോണ്ടിരിക്കുന്നെ?"

മുഖം നിറയെ ഓൾഡ്സ്പൈസ് പതപ്പിച്ചുകൊണ്ട് സുബ്രൻ ചോദിച്ചു.

"ഒരു പട്ടത്തിപ്പെണ്ണിനെ."

സുബ്രൻ പൊട്ടിച്ചിരിച്ചു. നിറെയ സോപ്പുപതയോടെ അവന്റെ മുഖത്തിന് ഒരു ക്രിസ്തുമസ് ഫാദറിന്റെ ഛായയുണ്ടായിരുന്നു.

"അടുത്ത വെക്കേഷന് താനെന്റെ കൂടെ വാ. ഒരുപാട് പട്ടത്തിപ്പെണ്ണുങ്ങളെ ഞാൻ കാണിച്ചുതരാം." സുബ്രൻ പറഞ്ഞു.

ഷേവിങ്സെറ്റേ വലതുകവിളിൽ വച്ച് അവൻ താഴേക്ക് ഒരു പിടിപിടിച്ചു. കവിളിൽ പെട്ടെന്ന് ചോര പൊടിഞ്ഞു.

"സുബ്രാ. നീ രാവിലെ രക്തസാക്ഷിയാകുവാണോ?" തോമസ് ചോദിച്ചു.

"അതിനും വേണമല്ലോ ഒരാൾ."

"സുബ്രാ നീ ഒരു പൊടിമീശ വച്ചാൽ സ്റ്റൈലായിരിക്കും. എ പെൻസിൽ ലൈൻമസ്റ്റാഷെ...ഇപ്പത്തന്നെ പലർക്കും നിന്നിൽ ഒരു നോട്ടമുണ്ട്. അതുംകൂടി വീഴും." തോമസ് പറഞ്ഞു.

"വേണ്ട. ഞാൻ നിനക്കൊരു എതിരാളിയാകുന്നില്ല."

സുബ്രൻ ക്ലീൻ ഷേവാണ്. മുഖത്തെ സ്ത്രൈണതയൊന്നും മാറ്റാൻ ഒരു മീശ വച്ചാൽ കൊള്ളാമെന്നുണ്ട് അവന്. പക്ഷേ ലജ്ജ അനുവദിക്കുന്നില്ല.

ശിവമോഹൻ എഴുന്നേറ്റു.

ക്ലാസ്സ് തുടങ്ങുംമുമ്പ് ഡിപ്പാർട്ട്മെന്റിൽ ചെല്ലാം. സിസ്റ്റർ ക്ളെയർ ഉണ്ടെങ്കിൽ കാണാം.

അവൻ നേരത്തേ കോളജിലേക്കിറങ്ങി. സിസ്റ്റർ വന്നുകാണില്ല എന്നായിരുന്നു അവന്റെ വിചാരം. പക്ഷേ സ്റ്റാഫ് റൂമിൽ ചെന്നപ്പോൾ സിസ്റ്റർ ഉണ്ട്. എന്തോ വായിച്ചുകൊണ്ടിരിക്കുന്നു.

വേറാരും വന്നിട്ടില്ല.

ശിവമോഹൻ മേശയുടെ അടുത്തു ചെന്ന് നിന്നു. സിസ്റ്റർ മുഖമുയർത്തിനോക്കി. ഒരു നിമിഷം സിസ്റ്റർ ഒന്നും പറഞ്ഞില്ല.

ഈ കണ്ണുകളിൽ ഇത്തിരി മഷിയെഴുതിയാൽ...

പെട്ടെന്ന് സിസ്റ്റർ ക്ളെയർ ശിരോവസ്ത്രം നെറ്റിയിലേക്ക് വലിച്ചുവച്ചു.

സിസ്റ്ററിന് ഒരുപാട് മുടിയുണ്ടാകുമോ? കന്യാസ്ത്രീയാകുമ്പോൾ ശിരസ്സ് മുണ്ഡനം ചെയ്യുമെന്ന് കേൾക്കുന്നത് ശരിയാണോ?

"എന്തിനാണ് വരാൻ പറഞ്ഞതെന്ന് മനസ്സിലായോ ശിവമോഹന്?" സിസ്റ്റർ ക്ളെയർ പതിഞ്ഞ സ്വരത്തിൽ ചോദിച്ചു.

"മനസ്സിലായി."

"എന്തിനാണ്?"

"കന്യാസ്ത്രീയാകുംമുമ്പ് സിസ്റ്ററിനെ കണ്ടാൽ എങ്ങനെയായിരുന്നു? ഒരുപാട് മുടിയുണ്ടായിരുന്നോ? പൊട്ടുതൊടുമായിരുന്നോ? പാവാടയും ബ്ലൗസുമായിരുന്നോ സിസ്റ്ററിന്റെ വേഷം? അതോ ഹാഫ് സാരിയോ? അവൻ ചോദിച്ചു.

സിസ്റ്റർ ക്ളെയർ അവനെ കണ്ണിമയ്ക്കാതെ നോക്കി. ആ കണ്ണുകളിൽ ഒരുപാട് വേദനകൾ പുളയുന്നത് അവൻ കണ്ടു.

പതിനാല്

വായിച്ചുകൊണ്ടിരുന്ന പുസ്തകത്തിലേക്ക് ദൃഷ്ടികളൂന്നി സിസ്റ്റർ ക്ളെയർ അല്പനേരം ഇരുന്നു. വായിക്കുകയായിരുന്നില്ല സിസ്റ്റർ. എന്നു തന്നെയല്ല ശിവമോഹന്റെ നോട്ടത്തെക്കുറിച്ച് അതീവബോധവതിയുമായിരുന്നു.

പാടില്ലാത്തതാണ് ചോദിച്ചതെന്ന് ശിവമോഹന് തോന്നിയില്ല. നിർദ്ദോഷമായ വെറും കൗതുകം മാത്രമേയുള്ളായിരുന്നില്ല വന്.

"ഇത്തരം സംസാരങ്ങളൊന്നും പാടില്ലെന്ന് ശിവമോഹനോട് മുമ്പ് ഞാൻ പറഞ്ഞിട്ടുള്ളതല്ലേ?" തലയുയർത്താതെ സിസ്റ്റർ പറഞ്ഞു.

"അരുതാത്തതൊന്നും ഞാൻ പറഞ്ഞില്ലല്ലോ സിസ്റ്റർ. സാരിയും ബ്ലൗസും ധരിച്ച വേഷത്തിൽ പലപ്പോഴും ഞാൻ സങ്കൽപ്പിച്ചുനോക്കിയിട്ടുണ്ട്. വളയും മാലയും കമ്മലുമൊക്കെയണിഞ്ഞ്...എപ്പഴെങ്കിലും സിസ്റ്ററിന് അതുപോലെ..."

"ശിവമോഹൻ..." അസഹ്യതയോടെ സിസ്റ്ററ് ക്ളെയർ വിളിച്ചു.

അവൻ പെട്ടെന്ന് നിശബ്ദനായി.

"എന്നെപ്പറ്റി അങ്ങനെയൊന്നും ചിന്തിക്കരുത്. പറഞ്ഞിട്ടില്ലേ. ഞാനൊരു സന്യാസിനിയാണ്. അതിനുമുമ്പുള്ള ജീവിതത്തെക്കുറിച്ച് ഞാൻ ഓർക്കാൻ പാടില്ല."

"എന്നാലും സിസ്റ്റർ ഒരു സ്ത്രീയല്ലെ. ഒരു മനുഷ്യസ്ത്രീയ്ക്ക് അവളുടെ ഓർമ്മകളും വിചാരങ്ങളും വികാരങ്ങളുമൊക്കെ മനസ്സിൽ നിന്ന് എടുത്തുകളയാൻ പറ്റുമോ?"

"ഞങ്ങൾക്കു പറ്റും. എനിക്ക് പറ്റും." സിസ്റ്റർ പറഞ്ഞു.

"സിസ്റ്റർ ക്ളെയർ ആകുന്നതിനു മുമ്പുള്ള ജീവിതത്തെക്കുറിച്ച് സിസ്റ്റർ ഒരിക്കൽപ്പോലും ഓർത്തിട്ടില്ലെന്നാണോ എന്നോടു പറയുന്നത്?" അവൻ ചോദിച്ചു.

പുസ്തകമടച്ച് മേശപ്പുറത്തുവച്ച് സിസ്റ്റർ കുനിഞ്ഞ് അതിന്മേൽ നെറ്റിയമർത്തി ഇരുന്നു.

"ഒന്നും ഓർക്കാൻ പാടില്ല." തലയുയർത്താതെ സിസ്റ്റർ പിറുപിറുത്തു.

നീല വിരിയിട്ട മേശപ്പുറത്ത് വിരൽകൊണ്ട് അദൃശ്യമായ ചിത്രങ്ങൾ വരച്ച് ശിവമോഹൻ നിന്നു. ആരോ അയച്ച ഒരു വിവാഹക്ഷണക്കത്ത് മേശപ്പുറത്ത് പേപ്പർവെയ്റ്റിനടിയിൽ വച്ചിട്ടുണ്ടായിരുന്നു. സിസ്റ്റർ മേരിയാന്ന ക്ളെയർ, ഡിപ്പാർട്ട്മെന്റ് ഓഫ് സുവോളജി...

സിസ്റ്റർ പെട്ടെന്ന് മുഖമുയർത്തിനോക്കി.

"ശിവമോഹൻ എന്നെ വന്ന് കാണണമെന്ന് പറഞ്ഞതെന്തിനാണെന്നറിയണ്ടേ...എന്താ എന്റെ ക്ലാസ്സിൽ മാത്രം കയറാനിത്ര പ്രയാസം?" സിസ്റ്റർ ചോദിച്ചു.

അവൻ ഒന്നു പരുങ്ങി.

"കാരണം ഞാൻ പറഞ്ഞിട്ടുണ്ടല്ലോ. സിസ്റ്റർ."

"എന്തുകൊണ്ടാ എന്നെ ഒരു അദ്ധ്യാപികയായി കാണാൻ ശിവമോഹന് പറ്റാത്തെ?"

"അതിന്റെ കാരണവും ഞാൻ പറഞ്ഞിട്ടുണ്ടല്ലോ."

"ഞാൻ ഒരു കാര്യം ചോദിച്ചാൽ സത്യം പറയാമോ?"

"ചോദിക്കൂ."

"വിഷമം തോന്നുമോ?"

"അതു സാരമില്ല."

"വനജ എങ്ങനെയാണ് മരിച്ചത്?"

"മാനഭംഗപ്പെടുത്തിയശേഷം കഴുത്തു ഞെരിച്ചു കൊല്ലുകയായിരുന്നു."

സിസ്റ്റർ ഒന്നു നടുങ്ങി. അത്ര അനായാസതയോടെ അവൻ അതു പറയുമെന്ന് സിസ്റ്റർ വിചാരിച്ചതല്ല.

"ആരാണ് അതു ചെയ്തതെന്ന് അറിയണ്ടേ സിസ്റ്ററിന്? അതോ അതും പറഞ്ഞോ സെലിൻ?"

പരിഹാസമായിരുന്നില്ല അവന്റെ സ്വരത്തിലുണ്ടായിരുന്നത്. തികട്ടി വന്ന ആത്മനിന്ദയായിരുന്നു.

"ഞാനെന്തിന് സെലിനോട് അതൊക്കെ ചോദിക്കണം?"

"എന്റെ കാര്യങ്ങളെക്കുറിച്ചറിയാൻ സിസ്റ്ററിന് താല്പര്യമുണ്ടെന്ന് എനിക്കറിയാം."

"ഇല്ല."

"ഉണ്ട്. അല്ലെങ്കിൽപ്പിന്നെ എന്തിനാണ് എന്നെ അന്ന് കോൺവന്റിലേക്ക് വിളിപ്പിച്ചത്? ഇന്ന് ഇവിടെ വന്ന് കാണണമെന്ന് പറഞ്ഞത്?"

"ശിവമോഹൻ ക്ലാസ്സിൽ കയറാത്തതെന്താണെന്നറിയാനാ ഞാൻ വരാൻ പറഞ്ഞത്. വേറൊന്നിനുമല്ല." സിസ്റ്റർ പറഞ്ഞു.

"എന്നോടു പ്രത്യേക താല്പര്യമുണ്ടായിട്ടല്ലേ ഞാൻ ക്ലാസ്സിൽ കയറണമെന്ന് സിസ്റ്ററിന് താല്പര്യമുള്ളത്?" അവൻ ചോദിച്ചു.

"അല്ലാ...ഏതു കുട്ടി എന്റെ ക്ലാസ്സിൽ കയറാതിരുന്നാലും ഞാൻ വിളിപ്പിക്കും. കാരണം ചോദിക്കും. അതിൽക്കൂടുതൽ ഒരു പ്രാധാന്യവും ഞാൻ ശിവമോഹന് നൽകിയിട്ടില്ല."

അവന്റെ മുഖം മങ്ങി.

"ശരി...എന്നെക്കുറിച്ചോർത്ത് സിസ്റ്റർ വേവലാതിപ്പെടണ്ടാ...സത്യം പറഞ്ഞാൽ സിസ്റ്ററെ ഒഴിവാക്കാനാണ് ഞാൻ ക്ലാസ്സിൽ കയറാതിരുന്നത്. സിസ്റ്ററെ എനിക്ക് വെറും അദ്ധ്യാപികയായി മാത്രം കാണാൻ കഴിയുന്നില്ല. അതിലപ്പുറം ആരൊക്കെയോ ആണ് എനിക്ക് സിസ്റ്റർ...എന്നോടു ക്ഷമിക്കുക. എന്നെ എന്റെ വിധിക്ക് വിട്ടേക്കുക."

ശിവമോഹൻ പോകാനായി തിരിഞ്ഞു. സിസ്റ്റർ ക്ളെയർ പെട്ടെന്ന് എഴുന്നേറ്റു.

"ശിവമോഹൻ..." സിസ്റ്റർ വേദനയോടെ വിളിച്ചു.

അവൻ തിരിഞ്ഞുനിന്നു.

"എനിക്ക് സംസാരിക്കാനുണ്ട്. ഇപ്പഴല്ല. വൈകുന്നേരം ക്ലാസ്സ് കഴിഞ്ഞ് ഇവിടെ വരണം. എനിക്ക ചിലതൊക്കെ അറിയാനുണ്ട്..."

സിസ്റ്ററെ ഒന്നു നോക്കിയതല്ലാതെ അവൻ വരാമെന്നോ വരില്ലെന്നോ പറഞ്ഞില്ല. അവൻ സാവധാനം സ്റ്റാഫ് റൂമിൽനിന്നിറങ്ങി നടന്നു.

അന്നും സിസ്റ്റർ ക്ളെയറിന്റേതൊഴിച്ച് എല്ലാ ക്ലാസ്സുകളിലും അവൻ ഹാജരായി. അവന് ആരോടെന്നില്ലാത്ത പക തോന്നി. ആലോചിച്ചപ്പോൾ തന്നോടുതന്നെയാണ് പകയെന്ന് മനസ്സിലായപ്പോൾ അവൻ അത്ഭുതപ്പെട്ടുപോയി. ഒരു വികാരത്തിനും ഇനി മനസ്സിൽ പോറലുണ്ടാക്കാൻ കഴിയില്ലെന്ന് വിചാരിച്ചതാണ്. അത്രയ്ക്ക് കറുത്തുപോയിരുന്നു മനസ്സിന്റെ ഭിത്തികൾ. എന്നിട്ടും...

വൈകുന്നേരം അവസാനത്തെ പീരീഡ് തീർന്ന് ബെല്ലടിച്ചിട്ടും അവൻ അല്പനേരം ക്ലാസ്സിൽത്തന്നെ ഇരുന്നു. എന്താണ് ചെയ്യേണ്ടതെന്ന് അവന് തീരുമാനിക്കാൻ കഴിഞ്ഞില്ല. വേണമെങ്കിൽ ഹോസ്റ്റലിലേക്ക് പോകാം. അല്ലെങ്കിൽ സ്റ്റാഫ്റൂമിൽ ചെന്ന് സിസ്റ്റർ ക്ളെയറിനെ കാണാം. അതുമല്ലെങ്കിൽ ടൗണിലേക്കോ പുഴവക്കത്തേക്കോ പോകാം.

ശിവമോഹൻ മെല്ലെ എഴുന്നേറ്റ് നടന്നു. കാലുകൾ അവനെ സുവോളജി ഡിപ്പാർട്ട്മെന്റിലേക്കാണ് കൊണ്ടുപോയത്. അവൻ ചെന്നപ്പോൾ സ്റ്റാഫ് റൂമിൽ സിസ്റ്റർ ക്ളെയർ ഏകയായി ഇരിക്കുന്നുണ്ടായിരുന്നു.

"ഞാൻ വിചാരിച്ചു ശിവമോഹൻ വരില്ലായിരിക്കുമെന്ന്." കണ്ണുകളിൽ ഒരു തിളക്കത്തോടെ സിസ്റ്റർ പറഞ്ഞു.

അവൻ ഒന്നും പറയാതെ തല കുനിച്ച് നിന്നു.

"ആ കസേര നീക്കിയിട്ട് ഇവിടെ വന്ന് ഇരിക്കൂ." സിസ്റ്റർ പറഞ്ഞു.

മേഴ്സി ടീച്ചറിന്റെ മേശയുടെ മുന്നിൽ ഒരു കസേര കിടപ്പുണ്ടായിരുന്നു. ശിവമോഹൻ അതെടുത്തുകൊണ്ടുവന്ന് സിസ്റ്ററിന് എതിരെയിട്ട് ഇരുന്നു.

"ശിവമോഹന്റെ നാട്ടുകാരിയാണ് സെലിനെന്ന് ഇന്നലെയാണ് ഞാന റിയുന്നത്." സിസ്റ്റർ പറഞ്ഞു.

"എന്നെക്കുറിച്ച് ചോദിച്ചോ സെലിനോട്?"

"എനിക്ക് പലതും അറിയണമെന്നുണ്ടായിരുന്നു. അതുകൊണ്ട് ചോദി ച്ചു. ആദ്യമറിഞ്ഞ കാര്യം തന്നെ എന്നെ പേടിപ്പിച്ചുകളഞ്ഞു. അതു കൊണ്ട് കൂടുതലൊന്നും ഞാൻ ചോദിച്ചില്ല. എങ്കിലും എനിക്കിപ്പോൾ ശിവമോഹനെ മനസ്സിലാക്കാൻ കഴിയുന്നുണ്ട്. മനസ്സിലാക്കാൻ കഴിയാ ത്തത് തന്റെ അച്ഛനെയാ."

ശിവമോഹൻ ചിരിച്ചു.

"ആറടി പൊക്കം നല്ല ആരോഗ്യമുള്ള ശരീരം. നിറം എണ്ണക്കറുപ്പ്. തളരാത്ത വാശിയുള്ളവൻ. ശുഭാപ്തിവിശ്വാസി. നാട്ടിൽ പ്രമാണി. രണ്ട് കാര്യങ്ങളിലെ അച്ഛന് കമ്പമുണ്ടായിരുന്നുള്ളൂ. ആദ്യത്തേത് കൃഷി. രണ്ടാ മത്തേത്...പെണ്ണ്."

സിസ്റ്റർ ക്ളെയർ അവന്റെ മുഖത്തേക്കുതന്നെ നോക്കിയിരുന്നു. പക്ഷേ അവൻ തല കുനിച്ചിരുന്നുകൊണ്ടാണ് സംസാരിച്ചത്. മേശയുടെ കീഴിലൂടെ അവന് സിസ്റ്റർ ക്ളെയറിന്റെ പാദങ്ങൾ കാണാമായിരുന്നു. കറുത്ത സ്ട്രാപ്പുള്ള ചെരിപ്പിൽ നിന്ന് വിമുക്തമായിരുന്നു പാദങ്ങൾ. വെള്ളരിപ്രാവിന്റേതുപോലുള്ള ചുവന്ന കാലടികളായിരുന്നു അവ.

"അച്ഛന്റെ നായാട്ടിനെക്കുറിച്ചോർത്ത് പല കഥകളും ഞാൻ കേട്ടിട്ടു ണ്ട്. അതൊക്കെ അതിശയോക്തികളോ നുണകളോ ആണെന്ന് വിചാ രിക്കാൻ എനിക്ക് കഴിയുമായിരുന്നില്ല. കാരണം, എനിക്ക് തിരിച്ചറിവു ണ്ടായതുമുതൽ അതേപോലുള്ള സംഭവങ്ങൾക്ക് ഞാൻ ദൃക്സാക്ഷി യായിട്ടുണ്ട്."

കല്ലിലും മുള്ളിലുമൊന്നും നടന്നിട്ടില്ലാത്ത പാദങ്ങളാണ് സിസ്റ്റർ ക്ളെയറിന്റേതെന്ന് അവന് തോന്നി. ഭംഗിയുള്ള പാദങ്ങളായിരുന്നു വന ജയുടേതും. പാദസരങ്ങൾ ഉണ്ടായിരുന്നിട്ടും അതു കിലുങ്ങാതെ നട ക്കാൻ അവൾക്കറിയാമായിരുന്നു.

"പ്രേമത്തിന് കണ്ണില്ല എന്ന് പറയുന്നതുപോലെ കാമത്തിനും കണ്ണില്ല സിസ്റ്ററേ. അല്ലെങ്കിൽപ്പിന്നെ കാര്യസ്ഥന്റെ മകളിൽ അച്ഛന്റെ കണ്ണു പതി യേണ്ട കാര്യമുണ്ടോ? വിചാരിച്ചതെല്ലാം നടത്തിയിട്ടുള്ളവനാണ് അച്ഛൻ. വീട്ടിൽ ജോലിക്ക് നിർത്തിയ എത്രയോ പെണ്ണുങ്ങൾ...കൃഷിസ്ഥലത്ത് പണി ചെയ്യാൻ വന്ന എത്രയോ ചെറുപ്പക്കാരികൾ...അച്ഛന് താല്പര്യം തോന്നിയവരെയെല്ലാം പണം കൊടുത്തോ സ്നേഹം നടിച്ചോ ഭീഷണി പ്പെടുത്തിയോ അച്ഛൻ വശപ്പെടുത്തിയിട്ടുണ്ട്. പക്ഷേ വനജ മാത്രം...കു ളപ്പുരയോട് ചേർന്നുള്ള കാവൽമുറിയിൽവച്ചായിരുന്നു സംഭവം. ആളു കൾ ഓടിവന്നപ്പോൾ അവസാനശ്വാസത്തിനുവേണ്ടി അച്ഛന്റെ കൈയി ലിരുന്ന് പിടയുകയായിരുന്നു അവൾ..."

"ശിവമോഹൻ അന്ന് വീട്ടിലുണ്ടോ?" സിസ്റ്റർ ചോദിച്ചു.

"ഇല്ല. എന്നെ ഇവിടെ കൊണ്ടുവന്ന് ചേർത്ത വർഷമാണ്. അച്ഛന്റെ നിലവിട്ടുള്ള നോട്ടത്തെക്കുറിച്ചും സംസാരത്തെക്കുറിച്ചും വനജ എനിക്ക് സൂചനകൾ തന്നിരുന്നു. അച്ഛനോട് എതിർക്കാൻ എനിക്ക് ഭയമായിരുന്നു. വനജയെ വശത്താക്കുന്നതിൽ ഞാനാണ് പ്രതിബന്ധമെന്ന് മനസ്സിലാക്കിയപ്പോൾ കഴിയുന്നത്ര ദൂരത്തേക്ക് എന്നെ മാറ്റാനാണ് ഈ കോളജിൽ കൊണ്ടുവന്ന് ചേർത്തത്."

"വിശ്വസിക്കാൻ കഴിയുന്നില്ല എനിക്ക്. വനജ ശിവമോഹന്റെ പ്രായമായിരുന്നെന്നല്ലെ പറഞ്ഞത്. സ്വന്തം മകളുടെ പ്രായമുള്ള ഒരു പെൺകുട്ടിയെ..."

"അത് ഇങ്ങനെയൊക്കെയായിത്തീരുമെന്ന് അച്ഛനും വിചാരിച്ചുകാണത്തില്ല. സിസ്റ്ററിനറിയാമോ ജെയിലിൽ കിടക്കുന്ന അച്ഛന് ഒരു ചെവിയേയുള്ളൂ ഇപ്പോൾ. അന്ന് വലതുചെവി അവൾ കടിച്ചുപറിച്ച് തുപ്പിക്കളഞ്ഞു. ഒരു കണ്ണിനേ ഇപ്പോൾ കാഴ്ചയുള്ളൂ. ഇടതുകണ്ണിൽ നഖമിറക്കി അവൾ പൊട്ടിച്ചുകളഞ്ഞു."

സിസ്റ്റർ സ്തബ്ധയായി ഇരുന്നു. തൊണ്ടയിൽനിന്ന് ഒരു വാക്കുപോലും പുറത്തേക്ക് വന്നില്ല. എവിടെനിന്നോ ഒരു കാറ്റ് ജനാലയിലൂടെ കടന്നുവന്നിട്ട് അതുപോലെ ഇറങ്ങിപ്പോയി.

"ഞാൻ ചെന്നപ്പോൾ അച്ഛൻ പോലീസ് കസ്റ്റഡിയിൽ ആശുപത്രിയിലായിരുന്നു. വനജയുടെ ദേഹം അപ്പോഴേക്കും മറവു ചെയ്തിരുന്നു. അവളെ അവസാനമായി ഒന്നു കാണാൻകൂടി കഴിഞ്ഞില്ല. എനിക്കപ്പോൾ ഭ്രാന്തുപിടിച്ചെന്നാ എല്ലാവരും പറയുന്നത്. ഞാൻ പാഞ്ഞുചെന്ന് വനജയുടെ കുഴിമാടത്തിൽ നിന്ന് മണ്ണുമാന്താൻ ശ്രമിച്ചത്രേ. എനിക്കതൊന്നും ഇപ്പോൾ ഓർമ്മയില്ല."

"നമ്മൾ സ്നേഹിച്ചവർ മരിച്ചാൽ അവരെ കാണാൻ പോകരുത് ശിവമോഹൻ. ഓർമ്മയിൽ എപ്പോഴും അവർ ജീവനോടെ ഇരിക്കട്ടെ. മരിച്ച മുഖം ദുഃസ്വപ്നം പോലെ നമ്മളെ വേട്ടയാടാതിരിക്കുമല്ലോ."

"സിസ്റ്റർ ആരെയെങ്കിലും സ്നേഹിച്ചിട്ടുണ്ടോ?"

ശിവമോഹന്റെ ചോദ്യം കേട്ട് സിസ്റ്റർ ഒന്നു പതറി.

"സിസ്റ്റർ മേരിയാന്നാ ക്ളെയറിന് ഒരാളോടുമാത്രമേ പ്രേമം തോന്നിയിട്ടുള്ളൂ. ക്രിസ്തുവിനോട്."

"കന്യാസ്ത്രീയാകുംമുമ്പ്..."

"ഞാനൊരു സാധാരണ പെൺകുട്ടി മാത്രമായിരുന്നു."

"സിസ്റ്ററിന്റെ അന്നത്തെ പേരെന്തായിരുന്നു?"

"ഞാനതൊക്കെ എന്നേ മറന്നു, ശിവമോഹൻ. വരൂ നമുക്കിറങ്ങാം. സമയമൊരുപാടായി." എന്നേറ്റുകൊണ്ട് സിസ്റ്റർ പറഞ്ഞു.

ഈപ്പൻചേട്ടൻ വാതിലുകളോരോന്നായി അടച്ചുകൊണ്ട് വരുന്നുണ്ടായിരുന്നു. അവർ സ്റ്റാഫ്റൂമിൽനിന്നിറങ്ങി സ്റ്റെയർ കേസിനു നേരേ നടന്നു.

"വീട്ടിലിപ്പോൾ ആരുണ്ട്?"

"അമ്മയും പെങ്ങളും മാത്രം. വീടിനു പുറത്തുള്ള ലോകം കണ്ടിട്ടില്ലാത്ത അമ്മയാണ് ഇപ്പോൾ കൃഷികാര്യങ്ങൾ നോക്കിനടത്തുന്നത്. ഇനി കോളേജിലേക്ക് വരുന്നില്ല എന്ന് ഞാൻ തീരുമാനിച്ചതാണ്. പക്ഷേ അമ്മ സമ്മതിച്ചില്ല. കോഴ്സ് കംപ്ലീറ്റ് ചെയ്തിട്ട് ചെന്നാൽ മതിയെന്ന് അമ്മ നിർബന്ധം പിടിച്ചതുകൊണ്ടുമാത്രമാണ് ഞാൻ...എന്നെ ഒരു ഡിഗ്രിക്കാരനാക്കിക്കാണാൻ അമ്മയ്ക്ക് വലിയ മോഹമുണ്ട്."

അവർ സംസാരിച്ചുകൊണ്ട് വെറുതെ നടന്നു. ഒരു മോട്ടോർ സൈക്കിൾ അതിവേഗം അവരെ കടന്നുപോയി. ഗേറ്റിനടുത്തെത്തിയപ്പോൾ സിസ്റ്റർ ക്ളെയർ നിന്നു.

"നാളെമുതൽ ശിവമോഹനെ എന്റെ ക്ലാസ്സിൽ കാണണം." സിസ്റ്റർ പറഞ്ഞു.

അവൻ ഒന്നും പറഞ്ഞില്ല.

"ശരി പൊയ്ക്കോളൂ."

അവൻ മെല്ലെ നടന്നു. സന്ധ്യയാപ്പോഴാണ് അവൻ ഹോസ്റ്റലിൽ എത്തിയത്. അതുവരെ അവൻ വെറുതെ ചുറ്റിനടന്നു.

രാത്രി അവൻ നക്ഷത്രങ്ങൾ കണ്ടുകൊണ്ട് മുറ്റത്തുനിൽക്കുമ്പോൾ അവന്റെ മീതേക്ക് പിന്നിൽനിന്ന് ഒരു നിഴൽ വീണു. അവൻ ഞെട്ടിത്തിരിഞ്ഞുനോക്കിയപ്പോൾ അടിമുടി കറുത്ത വസ്ത്രം ധരിച്ച ആജാനുബാഹുവായ ഒരു സത്വം നിൽക്കുന്നു.

ആദ്യത്തെ അടി കഴുത്തിലാണ് കിട്ടിയത്. അതോടെ അവൻ ബോധരഹിതനായി മണ്ണിലേക്ക് കുഴഞ്ഞുവീണു.

പതിനഞ്ച്

രാവിലെ റൗണ്ട്സിനു വന്ന ഡോ. തിമാത്യൂസ് ചെറുപ്പക്കാരനും സഹൃദയനുമായിരുന്നു. അദ്ദേഹം ശിവമോഹന്റെ കിടക്കയിലിരുന്ന് അവന്റെ ഹൃദയമിടിപ്പും നാഡിയും പരിശോധിച്ചു.

"ശിവമോഹനെ മുമ്പിതുപോലെ പിശാചടിച്ചിട്ടുണ്ടോ?" പുഞ്ചിരിയോടെ ഡോക്ടർ ചോദിച്ചു.

"ഇല്ല...ഇത് ആദ്യമായിട്ടാ."

ചിരിച്ചുകൊണ്ടാണ് അവൻ മറുപടി പറഞ്ഞത്. അപ്പോൾ വലതുപുരികത്തിനു മുകളിലുണ്ടായിരുന്ന മുറിവ് വേദനിച്ചു.

നേഴ്സിനോടൊപ്പം നാലഞ്ച് നേഴ്സിങ് വിദ്യാർത്ഥിനികളുണ്ടായിരുന്നു. അവൻ പറഞ്ഞതുകേട്ട് അവരും ചിരിച്ചു.

തോമസ് അല്പം മാറിനിൽക്കുകയായിരുന്നു. ചിരിയുടെ കാരണം അതിനാൽ അവന് മനസ്സിലായില്ല.

"ശിവമോഹനെ ഇന്നെന്തായാലും ഞാൻ വിടുന്നില്ല. ടെമ്പറേച്ചറുണ്ട്. അത് നോർമലായിട്ട് നാളെ പോകാം. എന്താ?" ഡോക്ടർ പറഞ്ഞു.

അവൻ തലകുലുക്കി.

ഡോക്ടറോടൊപ്പം വന്ന ഒരു നേഴ്സിങ് വിദ്യാർത്ഥിനി വയലറ്റുനിറമുള്ള ഒരു ഓർക്കിഡ് പൂങ്കുല ഫ്ളവർവേസിൽ വച്ചിട്ടാണ് പോയത്.

"ഇങ്ങനാണേൽ നാലുദിവസം എനിക്കും ഇവിടെ വന്ന് കിടന്നാൽ കൊള്ളാമെന്നുണ്ട്."

മാലാഖമാർ പോയ വഴിയെ നോക്കിക്കൊണ്ട് തോമസ് പറഞ്ഞു.

ശിവമോഹൻ ചിരിച്ചു. ചിരിച്ചപ്പോൾ മുറിവ് വീണ്ടും വേദനിച്ചു.

"അതിനൊരു പാടുമില്ല. രാത്രീൽ ഒറ്റയ്ക്ക് ഹോസ്റ്റലിന്റെ മുറ്റത്തിറങ്ങി നിന്നാമതി." ശിവമോഹൻ പറഞ്ഞു.

"എനിക്കു വയ്യാ പിശാചിന്റെ അടികൊള്ളാൻ. നീ വേറെ വല്ല മാർഗ്ഗോം പറ."

"എന്നെ തല്ലിയത് ചെകുത്താനും പിശാചുമൊന്നുമല്ല തോമാച്ചാ. ആണെങ്കിൽത്തന്നെ അവർ കഴിഞ്ഞ ജന്മത്തിൽ വല്ല ബോക്സറോ കരേട്ടേ മാസ്റ്ററോ ആയിരിക്കണം. അത്രയ്ക്ക് സൂപ്പറായിരുന്നു അടി."

ആറ്റുമണൽ വിരിച്ച മുറ്റത്ത് ബോധരഹിതനായി കിടന്ന ശിവമോഹനെ പുലർച്ചെ ആദ്യം കണ്ടത് മുപ്പത്തിനാലിലെ ഫിലിപ്പോസാണ്. വിളിച്ചിട്ടും മിണ്ടാഞ്ഞപ്പോൾ അവൻ ഓടിച്ചെന്ന് കൂട്ടുകാരെ കൂട്ടിക്കൊണ്ടുവന്നു.

അവർ അവനെ എടുത്തുകൊണ്ടുപോയി മുറിയിൽ കിടത്തി. ദേഹത്ത് രണ്ടുമൂന്നിടത്ത് തൊലിപൊട്ടി ചോരപൊടിച്ചിട്ടുണ്ടായിരുന്നു.

മുഖത്ത് തണുത്ത വെള്ളം തളിച്ചപ്പോൾ അവൻ ഒന്നു ഞരങ്ങി.

"ശിവമോഹൻ..." തോമസ് വിളിച്ചു.

കണ്ണുകൾ തുറക്കാതെ അവൻ ഒന്നു മൂളി.

"സിറിയക്കച്ചനെ അറിയിക്കണ്ടായോ?" ആരോ ചോദിച്ചു.

തോമസ് തലതിരിച്ച് സുബ്രനെ നോക്കി.

സുബ്രൻ ഭയം അഭിനയിച്ചു.

രണ്ടു പടികൾവീതം ഒന്നിച്ച് ഓടിക്കയറി മൂന്നാം നിലയിലേക്ക് തോമസ് ചെന്നു. സിറിയക്കച്ചന്റെ മുറിയിൽ വെളിച്ചമുണ്ടായിരുന്നു. ഉള്ളിൽ നിന്ന് ശബ്ദമൊന്നും കേൾക്കുന്നുണ്ടായിരുന്നില്ല.

തോമസ് രണ്ടുതവണ മുട്ടിയപ്പോൾ വാതിൽ തുറക്കപ്പെട്ടു. നീല ലുങ്കിയും കറുത്ത ടീഷർട്ടുമായിരുന്നു സിറിയക്ക് അച്ചന്റെ വേഷം. അച്ചൻ എന്തോ ചവയ്ക്കുന്നുണ്ടായിരുന്നു.

"എന്താ തോമസേ?"

"ശിവമോഹൻ ബോധമില്ലാണ്ട് മുറ്റത്ത് കിടക്കുവാരുന്നു. ഞങ്ങളെടുത്ത് മുറീൽ കിടത്തി. വിളിച്ചിട്ടു മിണ്ടുന്നില്ല."

അച്ചൻ അവനെ തറപ്പിച്ച് ഒന്നു നോക്കി.

"പൊയ്ക്കോ. ഞാൻ വന്നേക്കാം."

തോമസ് താഴെയെത്തി.

അല്പനേരം കഴിഞ്ഞപ്പോൾ സിറിയക്കച്ചൻ വന്നു. ളോഹയായിരുന്നു അപ്പോൾ വേഷം.

"ശിവമോഹൻ..." അച്ചൻ അവന്റെ ശിരസ്സിൽ തൊട്ട് വിളിച്ചു.

അവൻ കണ്ണുകൾ തുറന്ന് മിഴിച്ചു നോക്കി.

"എന്തുപറ്റി ശിവമോഹൻ?"

"എന്നെ ആരോ അടിച്ചു അച്ചോ." ദുർബ്ബലസ്വരത്തിൽ അവൻ പറഞ്ഞു.

"ആര്?" അച്ചന്റെ മുഖത്തേക്കുതന്നെ നോക്കിക്കിടന്നതല്ലാതെ അവൻ മിണ്ടിയില്ല.

"ആളിനെ കണ്ടില്ലേ?"

"കറുത്ത രൂപമായിരുന്നു...നല്ല പൊക്കമുണ്ടായിരുന്നു...നിലത്തുവീണപ്പഴാ ഞാൻ കണ്ടത്...പിന്നെ ഒന്നും ഓർമ്മയില്ല."

സിറിയക്കച്ചൻ താടി ചൊറിഞ്ഞ് ഒരുനിമിഷം ആലോചിച്ചുനിന്നു.

"പണ്ടിവിടമൊരു ശവക്കോട്ടയാരുന്നു. അതിനു മീതെയാ ഈ ഹോസ്റ്റൽ പണിഞ്ഞെ. ദുഷ്ടാത്മാക്കൾ ഇപ്പഴും ചുറ്റിപ്പറ്റി നടക്കുന്നുണ്ടായിരിക്കും."

ആരും ഒന്നും മിണ്ടിയില്ല.

"നാലഞ്ചുകൊല്ലം മുമ്പ് രണ്ട് ഡിഗ്രിസ്റ്റുഡന്റ്സിനെ ഇതുപോലെ ഒരു രാത്രീൽ അറുകൊല അടിച്ചിട്ടുണ്ട്. സെക്കന്റ് ഷോ കണ്ടിട്ട് മതിലുചാടി വന്നപ്പഴാ. അസമയത്ത് ആരും വെളിയിലിറങ്ങി നടക്കാതിരിക്കുന്നതാ നല്ലത്."

സിറിയക്കച്ചൻ എല്ലാവരേയും ഒന്നു നോക്കി.

ഊറിവന്ന ചിരി തോമസ് പെട്ടെന്ന് അമർത്തി. അറുകൊലയും പിശാചും ചെകുത്താനുമൊക്കെ ഉണ്ടായിരുന്നെങ്കിൽ അടികൊണ്ട് എത്രയോ തവണ ഞാനിപ്പം ചത്തേനേ...അവൻ വിചാരിച്ചു.

അച്ചൻ കുനിഞ്ഞ് വീണ്ടും ശിവമോഹന്റെ നെറ്റിയിൽ സ്പർശിച്ചു.

"ശിവമോഹൻ വല്ലാതെ പേടിച്ചോ?"

അവൻ ഒന്നും പറഞ്ഞില്ല.

"അസുഖം വല്ലതും തോന്നുന്നുണ്ടോ?"

"കഴുത്തിന് വേദനയുണ്ട്."

"സാരമില്ല...ഞാനൊരു മരുന്ന് കൊടുത്തയക്കാം. അതും പുരട്ടി കണ്ണുമടച്ച് കിടന്നാ ഒന്നുറങ്ങി ഉണരുമ്പോഴേക്ക് എല്ലാം ശരിയാകും."

സിറിയക്കച്ചൻ മുകളിലേക്ക് കയറിപ്പോയി.

അല്പനേരം കഴിഞ്ഞപ്പോൾ സുഗന്ധമുള്ള ഒരു ലേപനവുമായി ബേബി വന്നു.

"ഇന്നാ അച്ചൻ തന്നയച്ചതാ."

ശിവമോഹന്റെ കഴുത്തിനു പിന്നിൽ തോമസ് ആലേപനം പുരട്ടിക്കൊടുത്തു.

"എടാ വേദന കൂടുതലായിട്ടുണ്ടോ?" തോമസ് അന്വേഷിച്ചു.

"സാരമില്ല."

"ഡോക്ടറെ കാണാൻ പോണോ?"

വേണ്ടെന്ന് അവൻ കണ്ണടച്ച് കാട്ടി.

"ഫാദർ പറഞ്ഞത് സത്യമായിരിക്കുമോ തോമസേ? ഇവിടെ. പണ്ട് ശ്മശാനമായിരുന്നോ?" ഉറങ്ങാൻ കിടന്നപ്പോൾ സുബ്രൻ ചോദിച്ചു.

"നേരാവാനാ സാധ്യത. പാതിരാ കഴിയുമ്പം രണ്ടാംമുണ്ട് തലയിൽ ചുറ്റിക്കെട്ടി കാരണവന്മാർ പലരും മുറ്റത്ത് നടക്കാറുണ്ടെന്നാ പറച്ചിൽ. ഞാനിതുവരെ കണ്ടിട്ടില്ല." തോമസ് പറഞ്ഞു.

സുബ്രൻ പെട്ടെന്ന് തലയിലേക്ക് പുതപ്പ് വലിച്ചിട്ടു.

പാതിരാത്രിയായപ്പോൾ ആരോ പിറുപിറുക്കുന്നതു കേട്ടുകൊണ്ടാണ് തോമസ് ഉണർന്നത്. ലൈറ്റിട്ടു നോക്കിയപ്പോൾ ശിവമോഹൻ പിച്ചും പേയും പറയുകയാണ്.

തോമസ് അവന്റെ നെറ്റിയിൽ കൈവച്ചു നോക്കിയപ്പോൾ പൊള്ളുന്ന പനി.

സുബ്രനെ തോമസ് വിളിച്ചുണർത്തി. സുബ്രൻ പേടിച്ചുപോയി.

"വെറുതെ പനിയൊന്നും വരത്തില്ല തോമസേ. ഇവനെ ഏതോ ദുർഭൂതമടിച്ചതാ." സുബ്രന് ഉറപ്പായി.

തോമസ് കൂജയിലെ വെള്ളത്തിൽ കർച്ചീഫ് കുതിർത്ത് ശിവമോഹന്റെ നെറ്റിയിലിട്ടു.

കുറേനേരം കഴിഞ്ഞപ്പോൾ പനി കുറഞ്ഞു.

എന്നിട്ടും നേരം വെളുത്തപ്പോൾ അവർ അവനെ മരിയൻ ഹോസ്പിറ്റലിൽ കൊണ്ടുപോയി.

"ഇവൻ രാത്രിയിൽ എന്തോ കണ്ട് ഭയന്നതാണ് ഡോക്ടറേ. ആരോ പിന്നിൽനിന്ന് അടിച്ചെന്നാ പറയുന്നെ." തോമസ് അറിയിച്ചു.

ശിവമോഹന്റെ പിൻകഴുത്ത് ഡോക്ടർ പരിശോധിച്ചു. കരിനീലിച്ച പാടുണ്ടായിരുന്നു അവിടെ.

കഴുത്തിന്റെ എക്റേ എടുത്തുനോക്കി.

ഭാഗ്യത്തിന് എല്ലിന് പൊട്ടലില്ലായിരുന്നു.

നേഴ്സിങ് വിദ്യാർത്ഥികൾ പോയപ്പോൾ ഒഴിഞ്ഞ കുപ്പിയിൽ വെള്ളം നിറച്ച് ഓർക്കിഡ് പൂങ്കുലയെടുത്ത് തോമസ് അതിൽ നാട്ടിവച്ചു.

"എങ്ങനുണ്ട്?" അതു മേശപ്പുറത്ത് പ്രതിഷ്ഠിച്ചിട്ട് തോമസ് ചോദിച്ചു.

"സ്റ്റൈലായിട്ടുണ്ട്." ശിവമോഹൻ പറഞ്ഞു.

"അവളെ നിനക്ക് മുമ്പ് പരിചയമുണ്ടോടാ?"

"ആരെ?"

"പൂക്കൾ വച്ചിട്ടുപോയ ആ പെണ്ണിനെ?"

"ഇല്ല." ശിവമോഹൻ പറഞ്ഞു.

"പ്രെറ്റി ഗേൾ...അല്ലേ?"

"ഉം."

"ഞാൻ ഹോസ്പിറ്റലൊന്ന് ചുറ്റിയടിച്ച് കണ്ടിട്ടു വരാം. നീയതുവരെ ചുമ്മാ കിടക്ക്."

പോക്കറ്റിൽ നിന്ന് ചീപ്പെടുത്ത് മുടിചീകി സുന്ദരനായിട്ട് തോമസ് മുറിയിൽനിന്ന് ഇറങ്ങിപ്പോയി.

ശിവമോഹൻ കണ്ണുകളടച്ച് കിടന്നു.

രാത്രിയിൽ നക്ഷത്രങ്ങൾ കണ്ട് നിന്നപ്പോൾ എന്താണ് സംഭവിച്ചത്. ഓർമ്മയെ രാകി മൂർച്ചവരുത്താൻ അവൻ ഒന്നു ശ്രമിച്ചുനോക്കി.

ആറ്റുമണലിൽ ഞെരിഞ്ഞമരുന്ന കാലടിശബ്ദം കേട്ടോ? നിലാവിൽ ഒരു കറുത്ത നിഴൽ പിന്നിൽ വന്ന് നിന്നോ? നീണ്ട് ബലിഷ്ഠമായ ഒരു കൈ തലയ്ക്കു പിന്നിൽ വന്ന് പതിച്ചോ?

ഒന്നുമറിയില്ല.

ഓർമ്മയിലേക്ക് അപ്പോൾ വെള്ളക്കുപ്പായമണിഞ്ഞ ഒരു സ്ത്രീ കടന്നുവന്നു. അവൾ ശിരോവസ്ത്രം ധരിച്ചിട്ടില്ല. നീണ്ട് നിബിഡമായ മുടി ഒരു മഞ്ഞറിബൺ കൊണ്ട് അലസമായി ബന്ധിച്ചിരിക്കുന്നു.

അവൻ അവളുടെ കണ്ണുകളിൽ നേർമയായി മഷിയെഴുതിക്കൊടുത്തു. കവിളിൽ പൗഡർ പൂശിക്കൊടുത്തു. ചുവന്ന റോസാപ്പൂക്കളുടെ ചരിത്രമുള്ള സാരിയെടുത്തു കൊടുത്തു.

"എന്തിനാ ഇത്?" അവൾ മൃദുസ്വരത്തിൽ ചോദിക്കുന്നു.

"ഉടുത്തുകൊണ്ടു വരൂ." അവൻ പറയുന്നു.

"എന്തിന്?"

"എനിക്കു കാണാൻ."

"വേണ്ടാ."

"ഒരുതവണ മാത്രം മതി."

മനസ്സില്ലാമനസ്സോടെ അവൾ കുപ്പായം അഴിച്ചുമാറ്റി സാരിയുടുത്ത് അവന്റെ മുമ്പിൽ നിൽക്കുന്നു.

അവൻ ക്യാമറ ഫോക്കസ് ചെയ്യുന്നു.

"വേണ്ടാ." അവൾ പെട്ടെന്ന് മുഖം പൊത്തുന്നു.

അവൻ ഒരുപാട് യാചിക്കുമ്പോൾ അവൾ മുഖത്തുനിന്ന് റോസാപ്പൂ കൈവിരലുകൾ മാറ്റുന്നു. പെട്ടെന്ന് ബലിഷ്ഠമായ ഒരു കരം വന്ന് അവന്റെ കയ്യിൽ നിന്ന് ക്യാമറ തട്ടിത്തെറിപ്പിക്കുന്നു.

ഭയപ്പെട്ട് അവൾ ഓടിപ്പോകുന്നു.

"പോകരുത്...പോകരുത്..." അവൻ തൊണ്ടപൊട്ടുംവിധം അലറി.

പക്ഷേ ശബ്ദം പുറത്തേക്ക് വന്നില്ല.

അവൻ നിലത്തു വീണുകിടന്ന് വേദനയോടെ തലയിട്ട് ഉരുട്ടി. ആജാനുബാഹുവായ ഒരു വെളുത്ത രൂപം അവന്റെ മീതേ നിഴൽവീഴ്ത്തിവന്ന് നിന്നു.

"ശിവമോഹൻ..."

മൃദുവായ സ്വരം കേട്ട് അവൻ കണ്ണുകൾ തുറന്ന് നോക്കി.

ഫാദർ ജോസ് സിറിയക്ക് കാരുണ്യത്തോടെ അവനെ നോക്കി മന്ദഹസിച്ചു.

അവന്റെ ഈ കണ്ണുകളിലും ജലം ഊറിക്കൂടി നിന്നിരുന്നു.

"എന്തിനാ കരഞ്ഞത്? സ്വപ്നം വല്ലതും കണ്ടോ?" ഫാദർ ചോദിച്ചു.

"ഉം."

"ഞാൻ ഡോ. തിമാത്യൂസിനെ കണ്ടിട്ടാ വരുന്നെ. ശിവമോഹൻ എന്തോ കണ്ട് പേടിച്ചതിന്റെ ഷോക്കാ. ആരും തല്ലിയതൊന്നുമല്ല...നിലത്തു വീണപ്പോൾ പറ്റിയ മുറിവാ കഴുത്തിലേത്."

"ഉം"

"സെക്കന്റവർ ഫ്രീയാരുന്നു. ശിവമോഹനെ കണ്ടിട്ടു പോകാമെന്നു വിചാരിച്ച് കോളെജിൽ നിന്ന് ഇറങ്ങിയതാ. വീട്ടിലറിയിക്കേണ്ട കാര്യമില്ലല്ലൊ അല്ലേ?"

"ഇല്ല."

തോമസ് വന്ന് വിനയത്തോടെ പിന്നിൽ നിന്നു.

"തോമസാണോ കൂട്ടിരിക്കുന്നെ?" അവനെ കണ്ട്

"ഉവ്വച്ചോ."

"എന്തെങ്കിലും ആവശ്യമുണ്ടേൽ ഹോസ്റ്റലിലേക്ക് വിളിച്ചാ മതി. കേട്ടോ."

"ഓ..."

സിറിയക്കച്ചൻ യാത്ര പറഞ്ഞ് പോയി.

"എടാ ദുർഗ്ഗാപ്രസാദ് ഖത്രി എന്നൊരു ഹിന്ദി ഡിറ്റക്ടീവ് നോവലിസ്റ്റുണ്ട്. നീ അദ്ദേഹത്തിന്റെ നോവലുകൾ വല്ലതും വായിച്ചിട്ടുണ്ടോ?" പെട്ടെന്ന് തോമസ് ചോദിച്ചു.

"ഇല്ല."

"ഞങ്ങളുടെ പഞ്ചായത്ത് ലൈബ്രറിയിൽ കേടുവന്ന് മാറ്റിവച്ച പുസ്തകക്കെട്ടുകളിൽ അതുണ്ട്. എനിക്കിപ്പോൾ ഒരു നോവലിന്റെ പേര് ഓർമ്മ വന്നു."

"ഏത് നോവൽ?"

"സഫേദ് ശെയ്ത്താൻ. അതായത് വെളുത്ത പിശാച്."

"നെവർ സേ ലൈക് ദാറ്റ്." ശിവമോഹൻ അവനെ ശാസിച്ചു.

ഉച്ചകഴിഞ്ഞ് തോമസ് ഹോസ്റ്റലിലേക്ക് പോയി. കുളിച്ച് വേഷം മാറി ഡോ. തിമാത്യൂസിന്റെ വൈകുന്നേരത്തെ റൗണ്ട്സിനു മുമ്പ് വരാമെന്നു പറഞ്ഞാണ് അവൻ പോയത്.

വെയിലിന്റെ ചൂടിൽ ശിവമോഹൻ പിന്നെയും പനിച്ച് കിടന്നു. അവന്റെ ബോധത്തിലേക്ക് കടുംനീലനിറമുള്ള സ്വപ്നങ്ങൾ ഉരുകിയൊലിച്ച് വന്നു.

ചാരിയിരുന്ന വാതിൽ ശബ്ദമുണ്ടാക്കാതെ തുറന്ന് വനജ കയറിവ

ന്നു. പതിഞ്ഞ കാലടികളോടെ അവൾ അവന്റെ കിടക്കയുടെ അരികിലെത്തി കസേരയിൽ ഇരുന്നു. കൈനീട്ടി നെറ്റിയിൽ അവൾ അവന്റെ പനി നോക്കി.

“ശിവമോഹൻ...” അവൾ മൃദുവായി വിളിച്ചു.

അവൾ കണ്ണുകൾ തുറന്ന് അവിശ്വാസത്തോടെ അവളെ മിഴിച്ചുനോക്കി. അവൾ നീണ്ട വെള്ള കുപ്പായവും തൂമഞ്ഞുപോലെയുള്ള ശിരോവസ്ത്രവും ധരിച്ചിരുന്നു.

“ശിവമോഹന് എന്നെ മനസ്സിലായില്ലേ?” അവന്റെ പതറിയ നോട്ടം കണ്ട് കാരുണ്യപൂർവ്വം അവൾ ചോദിച്ചു.

“ഇല്ല.”

“ഇത് ഞാനാണ്...സിസ്റ്റർ വനജ.”

അവന് വിശ്വാസമായില്ല.

“സിസ്റ്റർ ക്ളെയർ എന്തിനാണെന്നെ ഇങ്ങനെ ആശ്വസിപ്പിക്കുന്നത്?” അവൻ ചോദിച്ചു.

അവൾ പൊട്ടിച്ചിരിച്ചു.

പതിനാറ്

ഹോസ്പിറ്റലിന്റെ മുന്നിൽ വച്ചാണ് സിസ്റ്റർ ക്ളെയറിനെ തോമസ് കണ്ടത്. ശിവമോഹന്റെ മുറിയിൽ നിന്നിറങ്ങിയിട്ട് ഹോസ്പിറ്റൽ മുഴുവനുമൊന്ന് ചുറ്റിയടിച്ചിട്ട് വരികയായിരുന്നു അവൻ. ശിവമോഹന്റെ മുറിയിൽ ഓർക്കിഡ് പൂക്കൾ വച്ചിട്ടുപോയ പെൺകുട്ടിയെ കണ്ടെത്താൻ കഴിഞ്ഞുമില്ല.

ഹോസ്റ്റലിലേക്ക് പോകാനിറങ്ങിയതായിരുന്നു തോമസ്. ഗേറ്റു കടന്ന് ചെന്നപ്പോൾ എതിരെ സിസ്റ്റർ ക്ളെയർ വരുന്നു.

“എന്താടോ ഇവിടെ?” ആശ്ചര്യഭാവത്തിൽ സിസ്റ്റർ ചോദിച്ചു.

“എന്റെയൊരു ഫ്രണ്ട് ഇവിടെ സുഖമില്ലാതെ കിടക്കുന്നുണ്ട് സിസ്റ്റർ.”

തോമസിന്റെ വിഷയം ചരിത്രമാണ്. സിസ്റ്റർ അവനെ പഠിപ്പിക്കുന്നില്ല. കോളജിൽ വച്ചു കണ്ടിട്ടുള്ള പരിചയം മാത്രമേയുള്ളൂ.

“തന്റെ ഏതു ഫ്രണ്ട്?”

“ശിവമോഹൻ. സിസ്റ്ററിനറിയാമായിരിക്കും അവനെ...ഫൈനൽ ബി. എസ്.സി. സുവോളജിയാ.”

“ശിവമോഹനെന്തുപറ്റി? എന്റെ സ്റ്റുഡന്റാ അയാൾ.” കുടമടക്കിക്കൊണ്ട് സിസ്റ്റർ പറഞ്ഞു.

പിശാചടിച്ചതാണെന്നു പറയാൻ തോമസിനു സങ്കോചം തോന്നി.

“ഇന്നലെ രാത്രിയിൽ അവൻ എന്തോ കണ്ടു പേടിച്ചു സിസ്റ്ററേ. നേരം വെളുത്തപ്പോൾ മുട്ടൻ പനി. രാവിലെ ഇവിടെ കൊണ്ടുവന്ന് അഡ്മിറ്റാക്കി.

“ഏതാ മുറി?”

"എഴുപത്തിനാല്. രണ്ടാം നിലയിൽ വലത്തേ അറ്റമാ."

"ആരുണ്ടിപ്പം കൂടെ?" സിസ്റ്റർ ചോദിച്ചു.

"ആരുമില്ല. ഞാൻ ഊണുകഴിക്കാൻ ഹോസ്റ്റലിലേക്ക് പോവാ. അവനു കഴിക്കാൻ വല്ലതും വാങ്ങിച്ചോണ്ട് അരമണിക്കൂറിനകം വരും."

"എന്നാൽ താൻ പൊയ്ക്കോ. എന്റെയൊരു ബന്ധു ഇവിടെ സുഖമില്ലാതെ കിടക്കുന്നു. പുള്ളിയെ ഒന്നു കാണാൻ വന്നതാ."

തോമസിനെ വിട്ട് സിസ്റ്റർ മെല്ലെ പടികൾ കയറി.

കർത്താവേ, ഞാനെന്തെങ്കിലും കള്ളം പറഞ്ഞോ? ഇല്ലല്ലോ. ബന്ധു എന്നുവച്ചാൽ രക്തബന്ധമുള്ളയാൾ എന്നു മാത്രമല്ലല്ലോ അർത്ഥം. ആത്മബന്ധം, പരിചയബന്ധം, സുഹൃത്ബന്ധം...എന്തുമാകാമല്ലോ.

ശിവമോഹനോടുള്ളത് എന്തു ബന്ധമാണ്?

തോമസ് പറഞ്ഞതു പോലെ രണ്ടാം നിലയിൽ ഇടനാഴിയുടെ അറ്റത്തുള്ള മുറിയായിരുന്നു എഴുപത്തിനാല്. സിസ്റ്റർ ചെന്നപ്പോൾ വാതിൽ അടഞ്ഞുകിടക്കുകയായിരുന്നു.

സിസ്റ്റർ വാതിൽ ചെറുതായി ഒന്നു മുട്ടിനോക്കി. അകത്ത് ശബ്ദമൊന്നും കേട്ടില്ല. ചെറുതായി ഒന്നു തള്ളിയപ്പോൾ വാതിൽ തുറന്നു. വെളുത്ത കിടക്കയിൽ ശിവമോഹൻ കണ്ണുകളടച്ച് കിടക്കുന്നുണ്ടായിരുന്നു. അവൻ നല്ല ഉറക്കത്തിലാണെന്ന് സിസ്റ്ററിന് തോന്നി. സ്വപ്നത്തിൽ എന്തോ സംസാരിക്കുന്നതു പോലെ അവന്റെ ചുണ്ടുകൾ അനങ്ങുന്നുണ്ടായിരുന്നു.

പിന്നിൽ വാതിൽ ചാരിയിട്ട് ശബ്ദമുണ്ടാക്കാതെ സിസ്റ്റർ അവന്റെ അടുത്തുചെന്ന് കിടക്കയുടെ അടുത്തേക്ക് കസേര നീക്കിയിട്ട് ഇരുന്നു.

"ശിവമോഹൻ." സിസ്റ്റർ പതിഞ്ഞ സ്വരത്തിൽ വിളിച്ചു.

അവൻ വിളി കേട്ടില്ല.

സിസ്റ്റർ അവന്റെ നെറ്റിയിൽ കൈവച്ചു നോക്കി. പനിയുണ്ടായിരുന്നു അവന്.

"ശിവമോഹൻ." സിസ്റ്റർ വീണ്ടും വിളിച്ചു.

അവൻ പെട്ടെന്ന് കണ്ണുതുറന്നു നോക്കി.

"എന്താ ശിവമോഹൻ...ഇങ്ങനെ തുറിച്ചു നോക്കുന്നത്? വാടിയ ചിരിയോടെ സിസ്റ്റർ ചോദിച്ചു.

ഒന്നും പറയാതെ അവൻ സിസ്റ്ററിന്റെ മുഖത്തേക്ക് നോക്കികിടന്നതേയുള്ളൂ അവൻ. തന്നെ അവൻ തിരിച്ചറിയുന്നില്ല എന്ന് സിസ്റ്ററിന് തോന്നി.

"ശിവമോഹന് എന്നെ മനസ്സിലായില്ലേ?" തമാശമട്ടിൽ സിസ്റ്റർ ചോദിച്ചു.

"ഇല്ല." ശൂന്യഭാവത്തിൽ അവൻ പറഞ്ഞു.

"ഇത് ഞാനാണ്...സിസ്റ്റർ ക്ളെയർ."

"എന്തിനാ വനജേ എന്നെയിങ്ങനെ ആശിപ്പിക്കുന്നെ?" അവൻ ചോദി

ച്ചു.

"ഞാൻ വനജയല്ല." സിസ്റ്റർ ക്ളെയർ പെട്ടെന്ന് പറഞ്ഞു.

"അറിയാം. സിസ്റ്ററെന്തിനാ എന്നെയിങ്ങനെ കബളിപ്പിക്കുന്നെ?"

ശിവമോഹൻ വേദനയോടെ കണ്ണുകളടച്ചു. ശ്വാസഗതിയനുസരിച്ച് അവന്റെ നെഞ്ചുമാത്രം ഉയർന്നുതാഴ്ന്നുകൊണ്ടിരുന്നു.

"സിസ്റ്ററെങ്ങിനറിഞ്ഞു ഞാനിവിടെയുണ്ടെന്ന്?" കണ്ണുകൾ തുറക്കാതെ അവൻ ചോദിച്ചു.

"രാവിലെ ലൈബ്രറിയിൽ വച്ച് സുബ്രഹ്മണ്യ അയ്യർ വേറൊരു കുട്ടിയോട് ശിവമോഹൻ കാര്യം പറയുന്നതു കേട്ടു. അയ്യർ റൂം മേറ്റാ അല്ലെ? അയ്യരോട് ഞാൻ ചോദിച്ചപ്പഴാ വിവരം അറിഞ്ഞത്. എന്തുപറ്റി ശിവമോഹന്?"

"എന്നോടു പകയുള്ള ഒരു ദുരാത്മാവ് ഹോസ്റ്റലിൽ ചുറ്റിപ്പറ്റി നടക്കുന്നുണ്ട് സിസ്റ്ററെ." അവൻ പറഞ്ഞു.

"ദുരാത്മാവോ? എന്തിനാണ് പക?"

"ആവോ. എനിക്കറിയില്ല."

"ഞാൻ വന്നപ്പോൾ എന്തിനാ ആദ്യമായി കാണുന്നതുപോലെ നോക്കിയെ? പിശാചു പിടികൂടിയെന്നു പറഞ്ഞതു സത്യമാണോ?" മന്ദഹാസത്തോടെ സിസ്റ്റർ ചോദിച്ചു.

"ഞാനൊരു സ്വപ്നം കണ്ടുകൊണ്ടു കിടക്കുകയായിരുന്നു സിസ്റ്റർ."

"എന്തു സ്വപ്നം?"

"വനജയെ."

"ശിവമോഹന് നല്ല പനിയുണ്ട്. അതുകൊണ്ടാണ് ഇങ്ങനെയൊക്കെ..."

"പനി വന്നത് നന്നായി. അതുകൊണ്ടാണല്ലോ എനിക്കവളെ സ്വപ്നത്തിൽ കാണാൻ കഴിഞ്ഞത്. പക്ഷേ പനി കുറഞ്ഞിട്ടുണ്ട്. ഇപ്പോഴെനിക്ക് നല്ല സുഖം തോന്നുന്നു."

"ഇല്ല ശിവമോഹന് നല്ല പനിയുണ്ട്." അവന്റെ നെറ്റിയിൽ കൈവച്ചു നോക്കിക്കൊണ്ട് സിസ്റ്റർ പറഞ്ഞു.

"സിസ്റ്ററിന്റെ വിരലുകൾക്ക് നല്ല തണുപ്പ്."

സിസ്റ്റർ പെട്ടെന്ന് കയ്യെടുത്തു.

"ഞാൻ വെറുതെ പറഞ്ഞതാ സിസ്റ്ററെ. എനിക്ക് പനിയുണ്ട്. വല്ലാത്ത ക്ഷീണം." സദാ കാണാറുള്ള കുസൃതിത്തിളക്കം അവന്റെ കണ്ണുകളിൽ ഇല്ലായിരുന്നു. കവിളുകളിൽ കുറ്റിരോമങ്ങൾ.

വയ്യാ ജെസ്സീ. വല്ലാത്ത ക്ഷീണം.

രണ്ട് ദിവസം റെസ്റ്റെടുക്കുമ്പം പനിയൊക്കെ മാറും ഐസക്കേ.

"രണ്ടു ദിവസം റെസ്റ്റെടുക്കുമ്പം പനിയൊക്കെ മാറും ശിവമോഹൻ."

അവൻ ചിരിച്ചു. ദൈന്യത നിറഞ്ഞ ചിരിയായിരുന്നു അത്.

"സിസ്റ്ററെ എനിക്കിപ്പോൾ ഒരു സംശയം. എന്നെ അടിച്ച പിശാച്

അസൂയക്കാരനായിരുന്നോന്ന്."

"ശിവമോഹൻ."

ജെസ്സീ എനിക്കിപ്പോൾ ഒരു സംശയം. ആ റോസി കുഴപ്പക്കാരിയായിരുന്നോന്ന്.

ഐസക്കേ!

"അങ്ങനെയൊന്നും വിചാരിക്കരുത് ശിവമോഹൻ. പിശാച്...മണ്ണാങ്കട്ട. വെറുതേ പേടിച്ചാലും പനി കൂടും."

"ശരിയാ. ഞാൻ പേടിക്കുന്നില്ല."

കമിഴ്ന്നുകിടന്ന് മെത്തയിൽ കവിളമർത്തി ശിവമോഹൻ കണ്ണുകളടച്ചു. അടഞ്ഞ കൺപോളകളിൽ പൊഴിയാറായി നിന്ന കണ്ണുനീരുണ്ടായിരുന്നു.

ഐസക്കേ എന്തിനാണ് വീണ്ടും...

"ഞാൻ പോവാ ശിവമോഹൻ." ആത്മവേദനയോടെ സിസ്റ്റർ ക്ളെയർ എഴുന്നേറ്റു.

"ഇപ്പോൾ പോകരുത് സിസ്റ്റർ." അവൻ പറഞ്ഞു.

"ഉച്ച കഴിഞ്ഞ് ക്ലാസ്സുണ്ടെനിക്ക്."

"അല്പനേരം കൂടി ഇരിക്കൂ സിസ്റ്റർ...പ്ലീസ്." അവൻ അപേക്ഷിച്ചു.

"അതു ശരിയല്ല. ശിവമോഹനെ കാണാൻ ഇപ്പോൾ ആരെങ്കിലും വരും."

"ആരും വരാനില്ല. എന്നെ തനിച്ചാക്കിയിട്ട് പോകാനിഷ്ടമുണ്ടെങ്കിൽ പൊയ്ക്കോളൂ."

ധർമ്മസങ്കടത്തോടെ സിസ്റ്റർ വീണ്ടും ഇരുന്നു.

"പോകരുതെന്ന് പറഞ്ഞ് വെറുതെയല്ല. എനിക്ക് സിസ്റ്ററോട് ഒരു കാര്യം പറയാനുണ്ട്." അവൻ അറിയിച്ചു.

"എന്തുകാര്യം?" വിടർന്ന കണ്ണുകളോടെ സിസ്റ്റർ ചോദിച്ചു.

"ഞാനിനി പഠിക്കുന്നില്ല. വീട്ടിലേക്ക് തിരിച്ചുപോവാണ്." അവൻ പറഞ്ഞു.

"എന്തിന്?" സിസ്റ്റർ ആശങ്കയോടെ ചോദിച്ചു.

"ഇനി ഞാൻ കോളജിൽ വന്നിട്ട് പ്രയോജനമൊന്നുമില്ല സിസ്റ്ററെ. എനിക്ക് ഒന്നും പഠിക്കാൻ പറ്റത്തില്ല. എപ്പഴും എനിക്ക് സിസ്റ്ററെക്കുറിച്ചുള്ള ചിന്തയാ. അതൊന്നും പാടില്ലാത്തതാണെന്നറിയാം. എന്നിട്ടും മനസ്സിനെ അടക്കിനിർത്താൻ കഴിയണില്ല എനിക്ക്."

സിസ്റ്റർ ക്ളെയർ അറിയാതെ ഞെട്ടി. ചെവി പൊത്തിപ്പിടിക്കണമെന്നുതോന്നി അവൻ പറയുന്നതു കേട്ടപ്പോൾ. പറയാൻ പാടില്ലാത്തത് അവൻ പറയുന്നു. കേൾക്കാൻ പാടില്ലാത്തത് താൻ കേൾക്കുന്നു.

"ഇങ്ങനെയൊന്നും പറയരുത് ശിവമോഹൻ. ചിന്തിക്കുകപോലുമരുത്. അതിരിക്കട്ടെ. അമ്മയുടെ ആഗ്രഹത്തെക്കുറിച്ച് എന്താ മറന്നുപോകുന്നത്? മകൻ ഡിഗ്രിക്കാരനായി ചെല്ലുന്നതും കാത്തിരിക്കുകയല്ലെ

അമ്മ?"

"നടക്കാത്ത ആഗ്രഹമാണത്." അവൻ പറഞ്ഞു.

"നടക്കാൻ പറ്റാത്ത ഒരാഗ്രഹവുമില്ല ഈ ലോകത്ത്." സിസ്റ്റർ പറഞ്ഞു.

"എന്താഗ്രഹവും നടക്കുമെന്നാണോ സിസ്റ്റർ പറയുന്നത്?"

സിസ്റ്റർ ക്ളെയർ ഒന്നുപതറി.

"ഞാൻ എന്റെ ഒരാഗ്രഹം പറയട്ടെ? സിസ്റ്റർക്ക് എന്റെ വനജയാകാൻ പറ്റുമോ? വേണ്ടാ...ആ പഴയ ജെസ്സിയെങ്കിലുമാകാൻ പറ്റുമോ?"

സിസ്റ്റർ ഒരു പ്രതിമയെപ്പോലെ ഇരുന്നു.

"നമ്മളിനി ഒരിക്കലും തമ്മിൽ കാണുകയില്ല സിസ്റ്ററെ. സിസ്റ്ററിന്റെ മുഖം കാണുമ്പോൾ എനിക്ക് വനജയെ ഓർമ്മവരും. സിസ്റ്ററിന്റെ മേൽച്ചുണ്ടിലെ ഈ മറുകു കാണുമ്പോൾ സിസ്റ്റർ എന്റെ വനജയാണെന്നു തോന്നും."

"വിഡ്ഢിത്തം പറയാതെ ശിവമോഹൻ. കോഴ്സ് കഴിയാൻ രണ്ടോ മൂന്നോ മാസം കൂടിയല്ലേയുള്ളൂ. നന്നായി പഠിച്ച് പരീക്ഷയെഴുതിയിട്ട് പോകൂ. അമ്മയെ നിരാശപ്പെടുത്തരുത്." സിസ്റ്റർ പറഞ്ഞു.

"എന്റെ മാനസികാവസ്ഥ സിസ്റ്ററിന് ഒരിക്കലും മനസ്സിലാക്കാൻ കഴിയില്ല. അതുകൊണ്ടാണ് സിസ്റ്റർ ഇങ്ങനെ പറയുന്നത്. ഞാൻ കോളജ് വിട്ടുപോവുക എന്നതു മാത്രമാണ് ഇനി എനിക്കും സിസ്റ്റർക്കും നല്ലത്. എന്റെ മനസ്സിലിപ്പോൾ വനജയേക്കാൾ മുന്നിട്ടുനിൽക്കുന്നത് മറ്റൊരാളാണ്. അതാരാണെന്ന് ഞാൻ പറയണോ?"

"വേണ്ടാ." ഭയത്തോടെ സിസ്റ്റർ പറഞ്ഞു.

സിസ്റ്റർ ക്ളെയർ എഴുന്നേറ്റ് ശിരോവസ്ത്രം നേരെ പിടിച്ചിട്ടു. എന്നിട്ട് കർച്ചീഫെടുത്ത് മുഖം അമർത്തിത്തുടച്ചു. റോസാപ്പൂവു പോലെ അവരുടെ മുഖം തുടുത്തു.

"ഞാൻ പോകുന്നു ശിവമോഹൻ. ചിലപ്പോൾ താൻ പറഞ്ഞതാവണം ശരി. നമ്മൾ ഇനി കാണാതിരിക്കുന്നതാവും നല്ലത്."

സിസ്റ്റർ പിന്നെ നിന്നില്ല. വേഗം പുറത്തേക്കിറങ്ങിയിട്ട് പിന്നിൽ വാതിലടച്ചു. ശിവമോഹൻ പിന്നാലെ വിളിച്ചുവെന്നു അവൾക്കു തോന്നി. പക്ഷേ തിരിഞ്ഞു നിന്നില്ല.

സ്വപ്നാടകയെപ്പോലെയാണ് സിസ്റ്റർ കോൺവെന്റിലെത്തിയത്. ഉച്ചവെയിലിന് ഉഗ്രമായ ചൂടുണ്ടായിരുന്നു. കുഞ്ഞന്നാമ്മയുടെ കൈയിൽ നിന്നും ഒരു ഗ്ലാസ്സ് തണുത്ത വെള്ളം വാങ്ങിക്കുടിച്ചിട്ട് സിസ്റ്റർ സ്വന്തം മുറിയിലേക്ക് പോയി.

ഉച്ച കഴിഞ്ഞ് ഒരു ക്ലാസ്സുണ്ട്. പക്ഷേ പോകാൻ വയ്യ. സുഖമില്ലാത്തതു കാരണം ഉച്ചകഴിഞ്ഞ് വരില്ലെന്ന് പ്രൊഫസർക്കു കൊടുക്കാൻ കുറിപ്പെഴുതി ഒരു കുട്ടിയെ ഏല്പിച്ചു.

ഫാൻ ഓൺ ചെയ്തിട്ട് സിസ്റ്റർ തലയിണ ഉയർത്തി കിടക്കയിൽ

ചാരിയിരുന്നു.

ഒരു നീണ്ട അവധി. അതാണിപ്പോൾ ആവശ്യം. കുറെ യാത്രകൾ. ചിലരെയൊക്കെ കാണണം. മാതൃഗൃഹത്തിൽ പോകണം. മദർ എജീദിയയോടൊപ്പം കുറെ ദിവസം താമസിക്കണം.

മൂന്നു മാസത്തെ അവധി. അപ്പോഴേയ്ക്കും മധ്യവേനലിനായി കോളജ് അടയ്ക്കും. പിന്നെ ക്ലാസുണ്ടാവില്ല. ശിവമോഹനെ കാണേണ്ടിവരില്ല.

ഒരുപാടാലോചിച്ചപ്പോൾ ആ തീരുമാനത്തിൽ ഉറച്ചുനിൽക്കാനാണ് സിസ്റ്ററിനു തോന്നിയത്. അതെ അതു മാത്രമാണ് കരണീയമായിട്ടുള്ളത്.

സന്ധ്യാവന്ദനത്തിന് പതിവിലും നേരത്തെ സിസ്റ്ററ് പ്രെയർ ഹാളിലേക്ക് ചെന്നു.

ദൈവമെ എന്റെ നിലവിളി കേൾക്കേണമേ. എന്റെ പ്രാർത്ഥന ശ്രദ്ധിക്കേണമേ. എന്റെ ഹൃദയം ക്ഷീണിക്കുമ്പോൾ ഞാൻ ഭൂമിയുടെ അറ്റത്തുനിന്നു നിന്നെ വിളിച്ചപേക്ഷിക്കും.

എനിക്ക് അത്യുന്നതമായ പാറയിലേക്ക് എന്നെ നടത്തേണമേ. നീ എനിക്കൊരു സങ്കേതവും ശത്രുവിന്റെ നേരെ ഉറപ്പുള്ള ഗോപുരവും ആയരിക്കുന്നവനല്ലോ,

ഞാൻ നിന്റെ കൂടാരത്തിൽ എന്നേക്കും വസിക്കും. നിന്റെ ചിറകിൻമറവിൽ ഞാൻ ശരണം പ്രാപിക്കും...

സിസ്റ്റർ ക്ലയർ അന്നുരാത്രി അല്ലലില്ലാതെ ഉറങ്ങി.

പിറ്റേദിവസം രാവിലെ കോളേജിൽ ചെന്നപ്പോൾ തോമസ് ഒരു പെൺകുട്ടിയോട് സംസാരിച്ചുകൊണ്ട് എതിരെ വരുന്നതു കണ്ടു. സിസ്റ്ററെക്കണ്ട് അവൻ ഒന്നു പരുങ്ങി,

“പിശാചടിച്ച തന്റെ സ്നേഹിതന് ഇപ്പോൾ എങ്ങനിരിക്കുന്നെടോ? പനിയൊക്കെ മാറിയോ?” തമാശമട്ടിൽ സിസ്റ്റർ അവനോടു ചോദിച്ചു.

“ശിവമോഹന്റെ അസുഖമൊക്കെ മാറി സിസ്റ്ററെ. ഇന്നു രാവിലെ അവനെ ഡിസ്ചാർജ്ജു ചെയ്യുമെന്നാ ഇന്നലെ ഡോക്ടർ പറഞ്ഞത്. ഫസ്റ്റവർ കഴിഞ്ഞ് ഞാൻ ഹോസ്പിറ്റലിലേക്ക് പോകാനിരിക്കുവാ.”അവൻ പറഞ്ഞു.

“ക്ഷീണം മാറിയാൽ നാളെമുതൽ ക്ലാസ്സിൽ വരാൻ പറയണം കേട്ടോ.”

തോമസ് തലകുലുക്കി.

സുവോളജി ഡിപ്പാർട്ട്മെന്റ് മേധാവി പ്രൊഫസർ ഉറുമീസിന്റെ മുറിയിലേക്കാണ് സിസ്റ്റർ ക്ലെയർ പിന്നെ ചെന്നത്. വലിച്ചുകൊണ്ടിരുന്ന സിഗറ്റ് അദ്ദേഹം ആഷ്ട്രേയിൽ തിരുകി.

“ഗുഡ്മോണിങ് സർ.” സിസ്റ്റർ അഭിവാദനം ചെയ്തു.

ഞാൻ സാറിനെ ഒന്നു കാണാൻ വന്നതാണ്.”

“എന്താ സിസ്റ്ററെ വിശേഷിച്ച്?”

എനിക്കു കുറച്ചു ദിവസത്തെ ലീവ് വേണമായിരുന്നു സർ." സിസ്റ്റർ പറഞ്ഞു.

"ലീവോ എന്തിന്?"

എഴുതിത്തയ്യാറാക്കിക്കൊണ്ടുവന്ന അവധി അപേക്ഷ പ്രൊഫസറുടെ കയ്യിലേക്ക് സിസ്റ്റർ കൊടുത്തു. അതു വായിച്ചുനോക്കിയിട്ട് അദ്ദേഹം ആശ്ചര്യഭാവത്തിൽ മുഖമുയർത്തി.

"മൂന്നു മാസത്തെ അവധിയോ? സിസ്റ്ററിന് എന്തുപറ്റി?"

ശരീരസുഖമില്ലാത്തതുകാരണം വിശ്രമമെടുക്കാൻ മൂന്നുമാസത്തെ അവധി അനുവദിക്കണമെന്നാണ് സിസ്റ്റർ അപേക്ഷയിൽ എഴുതിയിരുന്നത്.

"ഇടയ്ക്കിടയ്ക്ക് വല്ലാത്ത ഒരു തലവേദന ശല്യം ചെയ്യുന്ന സർ. ദേഹത്തിന് നല്ല ക്ഷീണവും അനുഭവപ്പെടുന്നുണ്ട്. അധികനേരം വായിക്കാനും കഴിയുന്നില്ല. കുറച്ചുദിവസം റെസ്റ്റെടുക്കാമെന്നാണ് എന്റെ ആലോചന."

പ്രൊഫസർ ഉറുമീസ് നിഷേധാർത്ഥത്തിൽ തലയാട്ടി.

"അതു നടക്കുമെന്ന് തോന്നുന്നില്ലല്ലോ സിസ്റ്ററെ. തോമസ് മാത്യു രണ്ട് മാസത്തെ അവധിയിൽ പ്രവേശിച്ചിരിക്കുകയല്ലേ. സിസ്റ്ററും കൂടെ ലീവെടുത്താൽ നമ്മുടെ ഷെഡ്യൂൾ ആകെ തെറ്റും. പല ക്ലാസ്സുകളും മുടങ്ങും. തീരാനുള്ള പോർഷൻ ആരെടുക്കും? സ്റ്റുഡന്റിനോട് നമ്മൾ ചെയ്യുന്ന ദ്രോഹമല്ലേ അത്. സിസ്റ്ററിന്റെ ലീവ്ആപ്ലിക്കേഷൻ ഫോർവേഡ് ചെയ്യാൻ എനിക്ക് ബുദ്ധിമുട്ടുണ്ട്."

അഷ്ട്രേയിൽനിന്ന് വെളുത്ത പുക ഉയരുന്നതു നോക്കിയിരുന്നതല്ലാതെ സിസ്റ്റർ ഒന്നും പറഞ്ഞില്ല.

"സിസ്റ്റർ ഏതെങ്കിലും ഡോക്ടറെ കണ്ടോ?"

"ഇല്ല."

എങ്കിൽ മെഡിക്കൽ സെന്ററിൽചെന്ന് ഡോ. ചെറിയാൻ തോമസിനെ കാണ്. എന്റെ സ്റ്റുഡന്റാരുന്നു ചെറിയാൻ. യു.കെ. യിൽ നിന്ന് ഹയർ സ്റ്റഡീസ് കഴിഞ്ഞ് വന്നതേയുള്ളൂ. മിടുക്കനാ. വേണമെങ്കിൽ ഞാൻ ഒന്നു ഫോൺ ചെയ്തു പറയാം. സിസ്റ്റർ ഇന്നുതന്നെ ചെല്ല്. അസുഖം വന്നാൽ മരുന്ന് കഴിക്കണം. വെറുതെ റെസ്റ്റെടുത്താൽ മാത്രം പോരാ."

സിസ്റ്റർ ക്ലെയർ മെല്ലെ എഴുന്നേറ്റു. ലീവിനുള്ള അപേക്ഷ പ്രൊ. ഉറുമീസ് തിരികെ കൊടുത്തു.

"അത്യാവശ്യമാണെങ്കിൽ സിസ്റ്റർ രണ്ടു ദിവസത്തെ ലീവെടുത്തോളൂ. അതിലപ്പുറം അഡ്ജെസ്റ്റു ചെയ്യാൻ സാധിക്കില്ല."

"താങ്ക്യൂ സർ." സിസ്റ്റർ ക്ലെയർ അന്ന് ക്ലാസ്സിൽ പോയില്ല. പകൽ മുഴുവൻ കോൺവെന്റിൽ ചെന്നിരുന്ന് ആലോചിച്ചു.

ലീവ് കിട്ടുകയില്ല. സഭയ്ക്ക് വേറെ കോളേജുകളുണ്ട്. ട്രാൻസ്ഫറിന് എഴുതിക്കൊടുത്താലും അധ്യയനവർഷം കഴിയാതെ അതും നട

ക്കില്ല. ജോലി രാജി വെക്കാമെന്നു വച്ചാൽ സ്വയം തീരുമാനമെടുക്കാനുള്ള അനുവാദവുമില്ല.

പകൽ മാഞ്ഞ് സന്ധ്യയായി. സന്ധ്യ കനത്ത് രാത്രിയായി. നാല് ചുവരുകൾക്കുള്ളിലെ അന്തരീക്ഷം വല്ലാതെ വീർപ്പുമുട്ടിച്ചെങ്കിലും സിസ്റ്റർ പുറത്തേക്കിറങ്ങാതെ മുറിയിൽത്തന്നെ വെറുതെ നടന്നു.

മേശപ്പുറത്തിരുന്ന ചെറിയ മുഖക്കണ്ണാടിയെടുത്ത് സിസ്റ്റർ അലസമായിനോക്കി.

ജെസ്സീ നിന്റെ ചുണ്ടുകളോളം തന്നെ പ്രീയമാണ് എനിക്ക് നിന്റെയീ മറുകും. രണ്ടും തേൻകണങ്ങൾ.

ഐസക്ക്....

സിസ്റ്ററിന്റെ മുഖം കാണുമ്പോൾ എനിക്ക് വനജയെ ഓർമ്മ വരും. മേൽച്ചുണ്ടിലെ ഈ മറുകു കാണുമ്പോൾ സിസ്റ്റർ എന്റെ വനജയാണെന്നു തോന്നും.

എന്റെ മുഖം കാണുമ്പോൾ നീ വനജയെ ഓർമ്മിച്ചോളൂ ശിവമോഹൻ. പക്ഷെ ഞാൻ നിന്റെ വനജയാണെന്നു തോന്നുന്നതെന്തിന്?

ചുണ്ടിനു മീതെയുള്ള മറുകിലേക്ക് സിസ്റ്റർ ഉറ്റുനോക്കി.

പെട്ടെന്നാണ് സിസ്റ്റർ ക്ലയറിന് ഒരു വെളിപാടുണ്ടായത്.

സിസ്റ്റർ വേഗം അലമാര തുറന്ന് ഒരു മെഴുകുതിരിയെടുത്ത് തീ കൊളുത്തി. മെഴുകുതിരി വെളിച്ചത്തിൽ വീണ്ടും കണ്ണാടിയിൽ മുഖം പരിശോധിച്ചു.

പാപം കണ്ടാൽ നീ നിന്റെ കണ്ണുകളെ ചൂഴ്ന്നെടുക്കുക. നസ്യം പറഞ്ഞ നാവിനെ അറുത്തുമാറ്റുക. കൊല ചെയ്ത കൈകളെ വെട്ടിയെടുക്കുക. പരപുരുഷനെ പ്രലോഭിപ്പിക്കുന്ന...

മേൽച്ചുണ്ടിലെ മറുകിലേക്ക് സിസ്റ്റർ ക്ലെയർ സാവധാനം മെഴുകുതിരിജ്വാല ചേർത്തുപിടിച്ചു. ഒരു നീണ്ട നിമിഷത്തോളം. അഗ്നിചുംബനമേറ്റ് സിസ്റ്റർ അടിമുടി ഒന്നു പുളഞ്ഞു. നനുത്ത രോമങ്ങൾ എരിയുന്ന ഗന്ധമാണ് ആദ്യം അനുഭവപ്പെട്ടത്. കരിയുന്ന തൊലിയുടെ സീൽക്കാര ശബ്ദവും പിന്നെ കേട്ടു. ആത്മപീഢനത്തിന്റെ കരുത്തോടെ സിസ്റ്റർ കണ്ണുകൾ ഇറുകെയടച്ച് നിന്നു.

വീണ്ടും കണ്ണാടിയിൽ നോക്കിയപ്പോൾ വെളുത്ത മുഖത്ത് ആ മറുകില്ല. അതിനെ അഗ്നി തുടച്ചുമാറ്റിക്കഴിഞ്ഞിരുന്നു. ഒഴുകിവീണ കണ്ണുനീരിലെ ഉപ്പിൽ പൊള്ളലേറ്റ ഭാഗം നീറിപ്പുകഞ്ഞു.

ദൈവമേ നീ എന്റെ ദൈവം. അതികാലത്തേ ഞാൻ നിന്നെ അന്വേഷിക്കും. വെള്ളമില്ലാതെ ഉണങ്ങി വരണ്ട ദേശത്തു എന്റെ ഉള്ളം നിനക്കായി ദാഹിക്കുന്നു. എന്റെ ദേവാ നിനക്കായി കാംക്ഷിക്കുന്നു. അങ്ങനെ നിന്റെ ബലവും മഹത്വം കാണേണ്ടതിനു വിശുദ്ധമന്ദിരത്തിൽ നിന്നെ നോക്കിയിരിക്കുന്നു.

നിന്റെ ദയ ജീവനേക്കാൾ നല്ലതാകുന്നു. എന്റെ അധരങ്ങൾ നിന്നെ

സ്തുതിക്കും. എന്റെ ജീവകാലം ഒക്കെയും ഞാൻ അങ്ങനെ നിന്നെ വാഴ്ത്തും. നിന്റെ നാമത്തിൽ ഞാൻ എന്റെ കൈകളെ മലർത്തും.

എന്റെ കിടക്കയിൽ നിന്നെ ഓർക്കയും ഞാൻ രാത്രിയാമങ്ങളിൽ നിന്നെ ധ്യാനിക്കുകയും ചെയ്യുമ്പോൾ എന്റെ പ്രാണനും മജ്ജയും മേദസ്സും കൊണ്ടു എന്നപോലെ തൃപ്തി വരുന്നു.

എന്റെ വായ് സന്തോഷമുള്ള അധരങ്ങളാൽ നിന്നെ സ്തുതിക്കുന്നു. നീ എനിക്ക് സഹായമായിത്തീർന്നുവല്ലോ. നിന്റെ ചിറകിൻ കീഴിൽ ഞാൻ ഘോഷിച്ചാനന്ദിക്കുന്നു. എന്റെ ഉള്ളം നിന്നോടു പറ്റിയിരിക്കുന്നു. നിന്റെ വലംകൈ എന്നെ താങ്ങുന്നു...

സുഖകരമായ ഒരു ആലസ്യത്തോടെ സിസ്റ്റർ മേരിയാന്ന ക്ലെയർ മെല്ലെ കിടക്കയിലേക്ക് ചാഞ്ഞു. ഇരുകണ്ണുകളിൽ നിന്നും കണ്ണീരൊഴുകി ഇരുവശത്തേക്കും വീണു. അലൗകികമായ ഒരു ആനന്ദലഹരി അവരിൽ വന്നു നിറഞ്ഞു.

ജനാലയിലൂടെ അപ്പോൾ പുഴയിൽ നിന്ന് ഒരു തണുത്തകാറ്റ് മുറിയിലേക്കു കടന്നുവന്നു. പുഴ മുറിച്ചു പോകുന്ന റെയിൽപ്പാലത്തിലേക്ക് ചൂളം വിളിച്ചു കൊണ്ട് ഒരു തീവണ്ടി ഓടിക്കയറി. ആ രാത്രിവണ്ടിയുടെ തിരക്കുള്ള രണ്ടാംക്ലാസ്സ് മുറികളിലൊന്നിലെ മൂലയ്ക്കുള്ള സീറ്റിൽ ശിവമോഹൻ ചാരിയിരിക്കുന്നുണ്ടായിരുന്നു. അവന്റെ പെട്ടികളും കിടക്കയും ലഗേജ് റാക്കിൽ ഒരുക്കി വച്ചിരുന്നു.

പുറത്തെ കൂരിരുട്ടിലേക്ക് അല്പനേരം തുറിച്ചു നോക്കിനിന്നിട്ട് അവൻ കണ്ണുകളടച്ചു. തീവണ്ടി ആസുരമായ ഒരു താളത്തോടെ ആടിയാടി മുന്നോട്ടു കുതിച്ചു കൊണ്ടേയിരുന്നു.